അഭിയുടെ കുറ്റാന്വേഷണം

കളവുപോയ 100 രൂപ നോട്ട്

abhiyude kuttanweshanam
kalavupoya nooru roopa note

•

muhamma ramanan

•

chintha first edition
september 2009

•

second edition
december 2018

•

second impression
january 2021

•

typesetting & published
chintha publishers, thiruvananthapuram

•

cover
anil vega

•

illustration
ajai kannadi

വിതരണം

ദേശാഭിമാനി ബുക്ക് ഹൗസ്

H O തിരുവനന്തപുരം-695 035
www.chinthapublishers.com
chinthapublishers@gmail.com

ബ്രാഞ്ചുകൾ

ഹെഡ്ഡാഫീസ് കുന്നുകുഴി • സ്റ്റാച്യു തിരുവനന്തപുരം • കെ എസ് ആർ ടി സി ബസ് സ്റ്റേഷൻ ആലപ്പുഴ • കെ എസ് ആർ ടി സി ബസ് സ്റ്റേഷൻ എറണാകുളം • ഐ ജി റോഡ് കോഴിക്കോട് • കെ എസ് ആർ ടി സി ബസ് സ്റ്റേഷൻ കോഴിക്കോട് • എൻ ജി ഒ യൂണിയൻ ബിൽഡിങ് കണ്ണൂർ • സെൻട്രൽ ബസ് ടെർമിനൽ കോംപ്ലക്സ് താവക്കര കണ്ണൂർ

CR - 1930 / 4794
ISBN - 978-81-26203-04-8

അഭിയുടെ കുറ്റാന്വേഷണം

കളവുപോയ 100 രൂപ നോട്ട്

മുഹമ്മ രമണൻ

ചിന്ത പബ്ലിഷേഴ്സ്
തിരുവനന്തപുരം-695 035

മുഹമ്മ രമണൻ

ആലപ്പുഴ ജില്ലയിൽ മുഹമ്മയിൽ ജനനം. അച്ഛൻ: വേലിക്കകത്ത് ചിറയിൽ കുഞ്ഞിക്കുട്ടൻ. അമ്മ: കാളിക്കുട്ടി. മുഹമ്മ സി എം എസ് എൽ പി സ്കൂൾ, ആര്യക്കര മിഡിൽ സ്കൂൾ, കണിച്ചുകുളങ്ങര ഹൈസ്കൂൾ, ആലപ്പുഴ എസ് ഡി കോളേജ് എന്നിവിടങ്ങളിൽ വിദ്യാഭ്യാസം.

ബാലസാഹിത്യ മത്സരങ്ങളിൽ പങ്കെടുത്ത് നിരവധി സമ്മാനങ്ങൾ നേടി.

കുട്ടികളുടെ സഖാവ്, കള്ളൻ കുഞ്ഞപ്പൻ, മണിയൻ പൂച്ച മണി കെട്ടി, കുസൃതിക്കുട്ടൻ, കോമുണ്ണിയുടെ ദുഃഖം, പുസ്തകം വളർത്തിയ കുട്ടി, സ്വാതന്ത്ര്യം ജന്മാവകാശം, ഉണ്ണിമോനും കുരുവികളും, കുറുക്കന്മാർ തുടങ്ങിയവ പ്രസിദ്ധീകൃത കൃതികൾ.

അബുദാബി ശക്തി അവാർഡ്, കേരള സാഹിത്യ അക്കാദമി അവാർഡ് എന്നിവ ലഭിച്ച പുരസ്കാരങ്ങളിൽ ചിലത്.

വിലാസം: അനീഷ് കോട്ടേജ്
മുഹമ്മ
ആലപ്പുഴ 688 525

1

കളവുപോയ നൂറു രൂപ നോട്ട്

രാവിലെ പത്തുമണി. ഒടുവിലത്തെ ബെല്ലടിച്ചു. എല്ലാ കുട്ടി കളും ക്ലാസിലെത്തി യഥാസ്ഥാനങ്ങളിലിരുന്നു. അധ്യാപകൻ റജി സാർ ഹാജർ വിളിച്ച് ഹാജർ പുസ്തകം മടക്കിവെച്ചു.

അദ്ദേഹം കുട്ടികൾക്ക് അഭിമുഖമായി മേശമേൽ ചാരിനിന്നു കൊണ്ട് കുട്ടികളുടെ ശ്രദ്ധക്ഷണിക്കാനായി വലതുകൈ മേശമേല ടിച്ച് "എല്ലാവരും ഇവിടെ ശ്രദ്ധിക്കുക" എന്ന് ശബ്ദമുയർത്തി പറ ഞ്ഞു.

കുട്ടികൾ നിശ്ശബ്ദരായി.

"യുവജനോത്സവത്തിന്റെ സംഭാവന കൊണ്ടുവന്നിട്ടുള്ളവർ ഏൽപ്പിക്കുക." അദ്ദേഹം എല്ലാവരേയും ചൂണ്ടി "സ്മിത" എന്ന് ചുണ്ടനക്കി. സ്മിത മുൻവശം വലത്തേ അറ്റത്താണ് ഇരിക്കുന്നത്. സ്മിത മുതൽ ഓരോരുത്തരായി തുക ഏൽപ്പിക്കാനാണ് അദ്ദേഹം നിർദേശിച്ചത്.

ഈ സമയം തിടുക്കത്തോടെ രണ്ടുകുട്ടികൾ ഓടിവന്ന് വാതു ക്കൽ നിന്നു. അദ്ദേഹം അവർക്ക് കൈ വീശി അകത്തേക്ക് പ്രവേ ശനം അനുവദിച്ചു.

സ്മിത വേഗം ബോക്സ് തുറന്നു നോക്കുകയും "യ്യോ...സാർ" എന്ന് സീൽക്കാരമിട്ട് പകച്ചു നോക്കുകയും വെപ്രാളപ്പെട്ട് ബോ ക്സാകെ പരതുകയും ചെയ്തുകൊണ്ടിരുന്നു.

കുട്ടികളുടെ മുഴുവൻ ശ്രദ്ധയും സ്മിതയിലേക്കായി. "എന്തു പറ്റി സ്മിത?" സ്മിതയുടെ പരിഭ്രമം കണ്ട് അധ്യാപകൻ ആരാഞ്ഞു.

"സാർ എന്റെ രൂപ കാണുന്നില്ല!" സ്മിതയുടെ ഭാവം

സംഘർഷഭരിതമായിരു
ന്നു. മുഖം വിവർണമായിരു
ന്നു. അഴകുള്ള മിടുക്കിയാണ് സ്മി
ത. വിലയേറിയ ചുരിദാറാണ് വേഷം.
അവൾ വിയർപ്പിൽ മുങ്ങിക്കുഴി
ഞ്ഞു. മിഴികളും മുഖവും അവൾ
കൈലേസിന് മാറി മാറി തുടച്ചു.
"എന്താ രൂപ കാണാനില്ല
ല്ലന്നോ!" അധ്യാപകനു വിസ്മയം.
"അതേ സാർ.." സ്മിത ല
ജ്ജിച്ച് മുഖം കുനിച്ച് മന്ത്രിച്ചു. കുട്ടിക
ളെല്ലാം ആകാംക്ഷാഭരിതരാണ്. എല്ലാ കണ്ണു
കളും സ്മിതയിലാണ്. എന്നും സ്മിതയാണാദ്യം
പിരിവ് കൊണ്ടുവരുന്നത്. മറ്റാരും പിരിവ് കൊണ്ടുവന്നി
ല്ലെങ്കിലും സ്മിത കൊണ്ടുവന്നിരിക്കും. ആദ്യം പിരിവ് കൊണ്ടു
വരണമെന്നത് സ്മിതയുടെ വാശിയാണ്. ഈ സംഭവം സ്മിതയെ
ബേജാറാക്കി. എല്ലാവരുടെയും മുന്നിൽ താൻ ഇളിഭ്യയായല്ലോ
എന്ന അപമാന ബോധം അവളെ ശ്വാസം മുട്ടിച്ചു.

"സ്മിത രൂപ എവിടെ വെച്ചിരുന്നു.?"

"ഈ ബോക്സിൽ.." അപമാനഭാരത്തോടെ അവൾ ബോക്സ്
നിവർത്തിക്കാണിച്ചു. അദ്ദേഹം ബോക്സ് വാങ്ങി നോക്കി.

"ബോക്സിൽ വെച്ച രൂപ എവിടെ പോകാൻ?"

അദ്ദേഹം ബോക്സ് മടക്കിക്കൊടുത്തു. സാറിന്റെ ശബ്ദത്തി
ലും ഭാവത്തിലും സ്മിത പറയുന്നത് സത്യമാണോ എന്ന ധ്വനിയു
ണ്ടായിരുന്നു. അദ്ദേഹം സംശയിക്കുന്നു എന്ന ചിന്ത അവളെ കര
യിപ്പിച്ചു.

"കുട്ടി വെറുതെ കരയുന്നതെന്തിന്?.." അദ്ദേഹം നിർത്തിയിട്ട്
തുടർന്നു. "നന്നായി ഓർമിച്ച് നോക്ക്. വീട്ടിൽ നിന്നെടുക്കാൻ മറ
ന്നതാവുമോ?"

"അല്ല സാർ. സത്യമായിട്ടും ഞാൻ രൂപ കൊണ്ടുവന്നതാ."
സ്മിത ഏങ്ങിയേങ്ങി പ്രതിവചിച്ചു. കണ്ണീർ വീണ് അവളുടെ കുപ്പാ
യത്തിന്റെ മുൻവശം നനഞ്ഞു.

"ചിലപ്പോൾ മേശയിലുണ്ടാവും. പോരാനുള്ള തിരക്കിൽ മറ
ന്നതാവും."

"സാർ ഞാൻ പറയുന്നതു സത്യമാണ്. ബോക്സിലെ രൂപാ
അഭി കണ്ടതാണ്." സ്മിത തിടുക്കത്തോടെ തന്റെ സത്യസന്ധത
സ്ഥിരപ്പെടുത്താൻ പണിപ്പെട്ടു.

"സ്മിതയുടെ ബോക്സിലെ രൂപ എങ്ങനെ അഭി കണ്ടു?" അധ്യാപകൻ തിടുക്കത്തോടെ ആരാഞ്ഞു.

"അഭി റബ്ബറെടുക്കാൻ ബോക്സ് തുറന്നിരുന്നു."

"സ്മിത പറയുന്നത് സത്യമാണോ അഭി?"

"ഉവ്വ് സാർ ഞാൻ റബ്ബറെടുക്കാൻ ബോക്സ് തുറന്നപ്പോൾ നോട്ടതിലുണ്ടായിരുന്നു."

"പിന്നീടാരാണ് ബോക്സ് തുറന്നത്?"

അധ്യാപകൻ ആരാഞ്ഞു.

ക്ലാസിലെ കുട്ടികളാരും പ്രതികരിച്ചില്ല.

സ്മിതയും അഭിയും രണ്ടറ്റത്തായി എഴുന്നേറ്റു നിൽക്കുകയാ ണ്. ആൺകുട്ടികളുടെ ലീഡറാണ് അഭി..കുട്ടികളെല്ലാം അവരെ മിഴി ചലിപ്പിക്കാതെ നോക്കിക്കൊണ്ടിരിക്കുകയാണ്. കുട്ടികളുടെയും അധ്യാപകരുടെയും ഭാവം സംശയാസ്പദമാണ്.

"അഭി ബോക്സ് തുറന്നുകഴിഞ്ഞു. സ്മിത അത് പരിശോ ധിച്ചോ?" അധ്യാപകൻ ചോദിച്ചു.

"ഇല്ല. എപ്പോഴും അഭി എന്റെ ബോക്സ് തുറക്കുന്നതാ:" സ്മിത ജാള്യത്തോടെ മന്ത്രിച്ചു.

"അതിനു ശേഷം ആരെങ്കിലും ബോക്സ് തുറക്കുന്നത് അഭി കണ്ടോ?"

"ഇല്ല. ഞാനുടനെ പുറത്തേക്കു പോന്നു.."

"അതെന്താ ഉടനെ പുറത്തേക്ക് പോന്നത്.?"

അധ്യാപകൻ സംശയത്തോടെ ആരാഞ്ഞു.

"പേനായ്ക്കു റീഹിൽ വാങ്ങാൻ."

"വാങ്ങിയോ?"

"വാങ്ങി"

"എവിടെ?" അഭി റീഫിൽ സാറിനെ കാണിച്ചു.

"അഭി മറ്റെന്തെങ്കിലും വാങ്ങ്യോ?"

"ഇല്ല."

"അഭിയുടെ കൈയിൽ എത്ര രൂപയുണ്ടായിരുന്നു.?"

"പത്ത്."

"ബാക്കി എത്ര രൂപയുണ്ട്."

"എട്ട്."

"കാണട്ടെ" അഭി അഞ്ചിന്റെയും മൂന്നിന്റെയും നാണയം എടുത്തു കാണിച്ചു.

"ശരി. സിറ്റ്ഡൗൺ."

അഭിയും സ്മിതയും ഇരുന്നു. അവർ രണ്ടാളും സംഭീതരായി രുന്നു.

2

ഏറ്റവും മോശപ്പെട്ട സ്വഭാവം

ക്ലാസ് നിശ്ചലം. നാവനക്കാൻ പോലും ആരും ധൈര്യപ്പെടു
ന്നില്ല.

കുട്ടികളുടെ സ്തബ്ധ മനസിനെ നിരീക്ഷിച്ചുകൊണ്ട് അധ്യാപ
കൻ ഒരു വിശദീകരണം നടത്തി.

"എങ്ങനെയായാലും നമ്മുടെ ക്ലാസിൽ സംഭവിക്കാൻ പാടി
ല്ലാത്തതാണ് സംഭവിച്ചത്. ഇത് ഒരു നിസ്സാരകാര്യമായി തള്ളാ
നാവില്ല. നിങ്ങൾ കുട്ടികളാണ്. അന്യോന്യം മോഷ്ടിക്കാൻ തുട
ങ്ങിയാൽ നമുക്കും സ്കൂളിനും അതപമാനകരമാണ്. മോഷണം
ദുഷിച്ച സ്വഭാവമാണ്. മാപ്പർഹിക്കാത്ത കുറ്റമാണ്."

"സാർ ഞാൻ സ്മിതയുടെ രൂപ എടുത്തിട്ടില്ല." അധ്യാപകന്റെ
ശബ്ദത്തിലെ സംശയധ്വനി ശ്രവിച്ചുകൊണ്ട് അഭി ചാടി എഴുന്നേറ്റു
പറഞ്ഞു. അധ്യാപകൻ തന്നെ സംശയിക്കുന്നു എന്ന കാര്യം
അവനെ വികാരഭരിതനാക്കി. "അഭി എടുത്തെന്നല്ല ഞാൻ പറഞ്ഞ
ത്. അധാപകൻ അഭിയെ അനുനയിപ്പിക്കാൻ ശ്രമിച്ചുകൊണ്ട്
തുടർന്നു: ഈ ചീത്ത പ്രവൃത്തി ആരുചെയ്താലും തെറ്റാണ്. ഒരു
മോഷ്ടാവിനെ അവജ്ഞയോടും പുച്ഛരത്തോടും ആണ് സമൂഹം
കാണുന്നത്... സ്വന്തം കുടുബത്തിലെ അംഗങ്ങൾ പോലും ഒരു
മോഷ്ടാവിനെ വെറുക്കപ്പെട്ടതായാണ് കാണുന്നത്."

"സാർ അഭി രൂപയെടുത്തിട്ടില്ല." അഭിയെ സംശയിക്കുന്നതിൽ
ഖേദത്തോടെ സ്മിത അറിയിച്ചു.

"കുട്ടീ... നീ രൂപ ബോക്സിൽ വെച്ചിരുന്നത് സത്യമാണെ

കിൽ അഭി അല്ലെ
ങ്കിൽ വേറൊരാൾ
രൂപ എടുത്തിട്ടുണ്ട്.
രൂപ എടുത്തവരാരെ
ങ്കിലും ക്ലാസിൽ ഉ
ണ്ടെങ്കിൽ എന്നെ ഏൽ
പ്പിക്കുക."

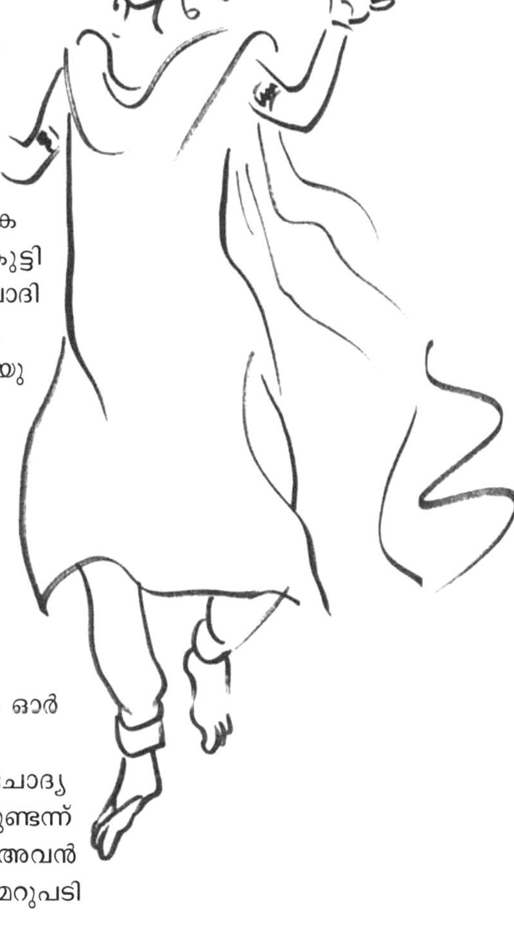

അധ്യാപകൻ കുറെ
സമയം കാത്തു. ആരും പ്രതിക
രിച്ചില്ല. അദ്ദേഹം ഓരോ കുട്ടി
യേയും വിളിച്ച് പ്രത്യേകം ചോദി
ച്ചു. ആരും കുറ്റം സമ്മതിച്ചില്ല.

"ബോക്സിൽ എത്ര രൂപയു
ണ്ടായിരുന്നു.?"

"100 രൂപ" സ്മിത പറഞ്ഞു.

"അഭി രൂപ ശ്രദ്ധിച്ചി
രുന്നോ?"

"ഉവ്വ്."

"എങ്ങനെയുള്ളതായി
രുന്നു.?"

"100ന്റെ പുത്തൻ നോട്ട്."

"എന്തെങ്കിലും അടയാളം ഓർ
ക്കുന്നോ?"

അധ്യാപകന്റെ ഓരോ ചോദ്യ
ത്തിലും സംശയത്തിന്റെ മുനയുണ്ടെന്ന്
അഭിക്കാദ്യം മനസിലായില്ല. അവൻ
വ്യക്തമായും സ്പഷ്ടമായും മറുപടി
പറഞ്ഞുകൊണ്ടിരുന്നു.

"ആ നോട്ടിൽ ബാങ്ക് സ്ലിപ്പിന്റെ പകുതി ഒട്ടിയിരുന്നു."

"ഇനി.." അവൻ ആലോചിച്ച് ഏതാനും സമയം നിന്നു. "ഞാൻ
അത്ര വിശദമായി നോട്ട് പരിശോധിച്ചില്ല."

"ഓർമിച്ചു സാവധാനം പറഞ്ഞാൽ മതി." അധ്യാപകൻ ഓരോ
കുട്ടിയുടെയും ഭാവം ശ്രദ്ധിക്കുകയായിരുന്നു. ഒടുവിൽ അദ്ദേഹം
അഭിയിലേക്ക് തിരിഞ്ഞു. അവന്റെ ഭാവം സത്യസന്ധവും ഊർജ
സ്വലവുമായിരുന്നു.

"സാർ... ആ നോട്ട് എട്ടായി മടക്കിയിരുന്നു."

അഭി പെട്ടെന്ന് പറഞ്ഞു.

"ഇനി വല്ലതും.."

"ഓർക്കുന്നില്ല."

"നോട്ടിന്റെ മടക്ക് നിവർന്നിരുന്നോ?"

"മടക്ക് വീണിരുന്നു. ഞാൻ കാണുമ്പോൾ സാധാരണ പോലെ നാലായി മടക്കിയതായിരുന്നു."

ക്ലാസിലെ ഏറ്റവും മിടുക്കനായ വിദ്യാർഥിയാണ് അഭി. നല്ല വസ്ത്രധാരണം, മെച്ചപ്പെട്ട ആരോഗ്യം, വശീകരണ ഭാവവും സംഭാ ഷണവും കാര്യശേഷിയും നിരീക്ഷണ പാടവവും മുഖത്ത് ദൃശ്യ മാണ്..

പ്രായത്തിനൊത്ത ഉയരം, ഉറച്ച ദേഹം, തുടുത്ത മുഖം, വെ ളുത്ത ദേഹം, സദാ പ്രസന്നഭാവം, എന്തിനും മുന്നിൽ. അഭി യില്ലാത്ത ഒരു കാര്യവും സ്കൂളിൽ ഉണ്ടാവില്ല. എന്തിനും ഏതിനും എല്ലാവർക്കും അഭിയെ ആവശ്യമാണ്. അഭി കൂടെയുണ്ടെങ്കിൽ ആവേശം ഇരട്ടിയാണ് കൂട്ടുകാർക്ക്.

അഭി ഇരുന്നു. അവൻ വിയർക്കുകയും അസ്വസ്ഥനാകുകയും ചെയ്തിരുന്നു.

"സ്മിതാ.. നോട്ട് എട്ടായി മടക്കിയിരുന്നോ? എന്തിനിത്രയും മടക്കി. അങ്ങനെ ആരും നോട്ട് മടക്കാറില്ലല്ലോ." അധ്യാപകൻ ചോദിച്ചു.

"സാർ..." സ്മിത നമ്രമുഖിയായി വിശദീകരിച്ചു. "അച്ഛൻ ആഫീസിലേക്ക് പോകാൻ നേരം തന്ന രൂപയാ. ശമ്പളത്തിന്റെ ബാക്കിയായതുകൊണ്ടാണ് പുത്തനായത്. പടപടപ്പൻ നോട്ടായി രുന്നു. ഞാൻ ഡ്രസ്സ് മാറിയിട്ടേയുണ്ടായിരുന്നുള്ളൂ. ഞാൻ അപ്പോൾ രൂപ കുഞ്ഞായി മടക്കി കുപ്പായത്തിൽ തിരുകി. ഞാൻ എപ്പഴും അങ്ങനാ.."

"സ്മിതാ നോട്ടിന്റെ അടയാളം വല്ലതും...?"

"നോട്ടിൽ ബാങ്ക് സ്ലിപ്പിന്റെ പാതി ഒട്ടിയിരുന്നു."

"ശരി. സ്മിത ഇരിക്കൂ." അദ്ദേഹം കുട്ടികളെ ശ്രദ്ധിച്ചുകൊണ്ട് നടന്നു: എല്ലാവരും കേൾക്കുക: ഞാൻ ഒരിക്കൽ കൂടി ചോദിക്കു ന്നു. ക്ലാസിലുള്ള ആർക്കെങ്കിലും രൂപ കിട്ടിയിട്ടുണ്ടങ്കിൽ എന്നെ രഹസ്യമായി ഏൽപ്പിക്കുക ഞാൻ ആരോടും പറയുകയില്ല. അദ്ദേഹം പറഞ്ഞു. "അഭി മിടുക്കനായ കുട്ടിയാണെന്നെനിക്കറിയാം എന്നാൽ..." അദ്ദേഹം ബാക്കി പറയാതെ നിർത്തി. വീണ്ടും

അദ്ദേഹം തുടർന്നു. "സാഹചര്യം അനുസരിച്ച് അഭി സംശയ ത്തിൽപ്പെട്ടിരിക്കുന്നു. അത് ഊഹമായിരിക്കാം. സത്യം തെളിയി ക്കേണ്ടത് അഭിയുടെ ചുമതലയായി തീർന്നിരിക്കുന്നു." അധ്യാപ കൻ അൽപ്പം മനഃക്ലേശത്തോടെ പറഞ്ഞു നിർത്തി.

"സാർ.. തെളിഞ്ഞില്ലെങ്കിലോ?"

അഭി കൂസലെന്യേ ചോദിച്ചു.

"അഭി അത് തെളിയിക്കണം. അഭിക്കതിനുള്ള ബുദ്ധിയുണ്ടെ ന്നെനിക്കറിയാം. അഭിയെ പോലെ മറ്റുള്ളവർക്കും ഈ കേസ് തെളി യിക്കാൻ ശ്രമിക്കാം. ആര് തെളിയിച്ചാലും തക്കതായ സമ്മാനം നൽകുന്നതാണ്. അന്വേഷണം അതീവ രഹസ്യമായിരിക്കണം എന്ന കാര്യം പ്രത്യേകം ശ്രദ്ധിക്കണം... ശരി നമുക്ക് ക്ലാസ്സ് ആരംഭിക്കാം...." അദ്ദേഹം പുസ്തകം തുറന്നു.

3

എങ്ങനെ രക്ഷപ്പെടും?

കെണിയിൽ വീണ എലിയുടെ സ്ഥിതിയായിരുന്നു അഭിക്ക്. എങ്ങനെ രക്ഷപ്പെടും? മുഴുവൻ കുട്ടികളും അഭിയാണ് മോഷ്ടാ വെന്ന ഭാവത്തിൽ സംശയത്തോടെയാണ് അവനെ വീക്ഷിക്കുന്ന ത്. അഭിയെപ്പറ്റി എല്ലാവർക്കും അറിയാവുന്നതുകൊണ്ട് അവനെ പരസ്യമായി ഇടിച്ചു താഴ്ത്തി സംസാരിക്കാൻ ആരും തയാറായില്ല.

അഭി ആദ്യം ഒന്നു പതറിയെങ്കിലും കാര്യത്തിന്റെ ഗൗരവം മനസിലാക്കി സമനില വീണ്ടെടുത്തു. ഇടവേളയ്ക്ക് എല്ലാവരും ക്ലാസിനു പുറത്തിറങ്ങിയതാണ്. അഭി സ്കൂളിനു മുറ്റത്തെ മരത്തിനു താഴെ നിന്നാലോചിക്കുകയാണ്.

"എടാ... അഭി..." കള്ളനെ തന്നെ അന്വേഷിക്കാൻ ഏർപ്പെ ടുത്തി എന്നാണെല്ലാവരും വ്യാഖ്യാനിക്കുന്നത്. അവന്റെ അടുക്ക ലേക്കോടി വന്നുകൊണ്ട് അരുൺ പറഞ്ഞു.

"ഞാൻ രൂപ എടുത്തെന്ന് നീ വിശ്വസിക്കുന്നോ?" അഭി വേഗം ചോദിച്ചു.

"ഇല്ല."

"എങ്കിൽ നിനക്കെന്നെ സഹായിക്കാമോ?"

"എന്തിന്?"

"രൂപ എടുത്തയാളിനെ നമുക്കു കണ്ടുപിടിക്കണം."

"യ്യോ.. ന്താണഭി.. നീ എന്താണീ പറയുന്നത്!"

അരുൺ വിസ്മയത്തോടെ ചോദിച്ചു: "100 രൂപയുടെ നോട്ട് പോയാൽ ആർക്കെങ്കിലും അതു കണ്ടെത്താനാവുമോ? നോട്ട്

കൈമാറി കൈമാറിപ്പോവില്ലേ. അസാധ്യകാര്യം.”

“എടാ... വിഡ്ഢീ... 100 രൂപയല്ലിവിടെ പ്രശ്നം?”

“പിന്നെ?”

“ഞാനിപ്പോൾ കള്ളനായെന്ന് നീയും സമ്മതിക്കുന്നില്ലേ?”

“എല്ലാവരും പറയുന്നതാണ്. ഞാൻ പറഞ്ഞിട്ടില്ല.”

“ശരി. അപ്പോൾ നാമെന്തു ചെയ്യണം?”

“കള്ളനെ കണ്ടുപിടിക്കണം.”

“അരുൺ ഈ ജോലി നിസ്സാരമല്ലെന്നറിയാം. നാം കുറ്റം ചെയ്തിട്ടില്ല. അതുകൊണ്ട് ധൈര്യത്തോടെ, നമ്മുടെ ബുദ്ധിയും നിരീക്ഷണ ബോധവും പ്രയോഗിച്ച് നിരന്തരം പരിശ്രമിക്കാമെങ്കിൽ നമുക്കീ കേസ് തെളിയിക്കാം.”

“എടാ.. അഭീ.. മനുശങ്കറും അജിത്തും പറയുന്നത് നീ തന്നെയാണ് പണം എടുത്തതെന്നാണ്... നീ റീഫിൽ വാങ്ങിയ പണം അതാണത്രെ?” “എന്ത് മനുശങ്കർ അങ്ങനെ പറഞ്ഞോ?” അഭിക്ക് മനഃക്ലേശം തോന്നി. മനുവും തന്നെ കള്ളനാക്കുകയോ?

“അരുൺ, മനുശങ്കറിനെന്നോടസൂയയുണ്ട്. ക്ലാസിലും മറ്റെല്ലായിടത്തും ഒന്നാമൻ ഞാനല്ലേ? ഒരു സ്ഥലത്തും കടന്നുവരാൻ അവനു ധൈര്യമില്ല. അതിനു ഞാനാണോ കുറ്റക്കാരൻ. സ്കൂളിലെ പാഠപുസ്തകം മാത്രം വായിച്ച് ആർക്കെങ്കിലും ഒന്നാമനാകാനൊക്കുമോ? അവന് ഒന്നാമനാകാൻ വേണ്ടി എന്നെ കള്ളനാക്കുന്നോ?” മനുശങ്കറിന്റെ അഭിപ്രായം അഭിനെ നിരാശനാക്കി.

“അഭീ... നീ എന്തിനു ബേജാറാവണം എല്ലാവരും പറഞ്ഞത് അവനും പറഞ്ഞതേയുള്ളൂ. എന്തു പറഞ്ഞാലും എല്ലാവരുടെ മനസിലും അഭിയെപ്പറ്റി സംശയമുണ്ട്.”

“എന്താണത്.?”

“ആ നോട്ടിന്റെ ഒത്തിരി അടയാളങ്ങൾ നീ പറഞ്ഞില്ലേ.”

“ഉവ്വ്.”

“നോട്ട് കൈയിലില്ലാതെ ഇത്രയും അടയാളങ്ങൾ ആർക്കെങ്കിലും പറയാനാവുമോ?”

“ഊഹം ശരിയാണ്.” അഭി സമ്മതിച്ചു. ശരി. അവരെല്ലാം അങ്ങനെ പറഞ്ഞുകൊള്ളട്ടെ. കള്ളനെ കണ്ടുപിടിക്കും വരെ തീർച്ചയായും ഞാനായിരിക്കും കള്ളൻ?

“നീ അങ്ങോട്ട് നോക്കിയ മാത്രയിൽ ഇത്രയും വിവരങ്ങൾ എങ്ങനെ മനസിലാക്കി. അത് വിസ്മയം തന്നെ.”

"അരുൺ നീ ഇനി എങ്കിലും വസ്തുത മനസിലാക്കണം. എത്ര നിസ്സാരകാര്യമാണെങ്കിലും അതി സൂക്ഷ്മമമായി ഞാനത് നിരീക്ഷിക്കും. നാം ചെറുപ്പം മുതൽ വളർത്തിക്കൊണ്ടുവരേണ്ട ഒരു ആത്മ ഗുണം കൂടിയാണ് നിരീക്ഷണബോധം."

"സമ്മതിച്ചു. നീ അത് ഇത്രയും ശ്രദ്ധിച്ചത് എന്തിന്?"

"ശരി. പറയാം. ഞാൻ ബോക്സിൽ നിന്ന് റബ്ബർ എടുക്കുമ്പോഴാണ് ആ നോട്ട് താഴെ വീണത്. അത് നാലു മടക്കായിരുന്നു വെങ്കിലും അത് എട്ടായി മടക്കിയിരുന്നു. പുത്തൻ നോട്ടായിരുന്നതുകൊണ്ട് നോട്ടിന്റെ മടക്ക് നിവർന്നിരുന്നു. മിക്കവാറും ആരും നോട്ട് എട്ടായി മടക്കാറില്ല. റബ്ബറെടുത്തപ്പോൾ റബ്ബറിലുടക്കി ആ നോട്ടും താഴെ വീഴുകയായിരുന്നു. ഉടനെ അതെടുത്തു നിവർത്തി പരിശോധിച്ചു. എന്തെങ്കിലും ആവശ്യമുണ്ടായിട്ടല്ല. വെറുതെ കൗതുകത്തിന്. വീണ്ടും ഞാനത് മടക്കിവെയ്ക്കുകയും ചെയ്തു."

ഈ സമയം സ്മിത അവരുടെ സമീപത്തേക്ക് വന്നു. അവൾ അഭിയെ കണ്ട് സഹതാപത്തോടെ ചോദിച്ചു.

"അഭിക്ക് എന്നോട് കെറുവാണോ?"

"എന്തിന്?" നിർവികാരം അഭി ചോദിച്ചു.

"അഭിയെ ഞാൻ കള്ളനാക്കിയില്ലെ.?" സ്മിതയുടെ നയനങ്ങൾ ഈറനാകാൻ തുടങ്ങി.

"സ്മിതാ.. നീ ഒട്ടും വിഷമിക്കേണ്ട. ഞാൻ കള്ളനാണെന്ന് എല്ലാവരും ഇപ്പോൾ പറഞ്ഞുകൊള്ളട്ടെ."

"അയ്യോ.. എന്താ അഭി ഇത്?"

"ഇപ്പോൾ ക്ഷമയാണാവശ്യം. സാറു പറഞ്ഞില്ലെ നാമോരോ രുത്തരും പരിശ്രമിച്ച് കള്ളനെ പിടിക്കണമെന്ന്."

"നോട്ടെടുത്ത കള്ളനെ ആർക്കെങ്കിലും പിടിക്കാനാവ്വോ? എനിക്കറിഞ്ഞൂടാ.."

"സ്മിത കണ്ടുപിടിക്കേണ്ട. ഞാൻ കണ്ടുപിടിക്കാം. അതിനു വേണ്ടി എന്നെ സഹായിക്കാമല്ലോ. എല്ലാവരുടേയും സഹായവും എനിക്കാവശ്യമാണ്."

"ഞാൻ എന്താണ് സഹായിക്കേണ്ടത്?"

"എന്തെങ്കിലും കാര്യം ചുമതലപ്പെടുത്തിയാൽ അത് ഉത്തര വാദിത്വത്തോടെ രഹസ്യമായി സ്മിതയ്ക്ക് നിർവഹിക്കാൻ കഴിയുമല്ലോ."

"അതിനെന്താ"

"ശരി. ഞാൻ ചില ചോദ്യങ്ങൾ ചോദിക്കുന്നു. ഉത്തരം പറയാമോ?"

"ചോദിച്ചോളൂ.."

"ഞാൻ ബോക്സ് തുറന്നു കഴിഞ്ഞ് മറ്റാരെങ്കിലും ബോക്സ് തുറന്നിരുന്നോ? അപ്പോൾ അടുത്താരെങ്കിലും ഉണ്ടായിരുന്നോ?"

"ഇന്നു ഞാനാണാദ്യം ക്ലാസിലെത്തിയത്. അതിനു ശേഷം അഭി. അഭി ബോക്സ് മടക്കി തന്നതിനുശേഷമാണ് സീതയും ലിസിയും വന്നത്. അപ്പോൾ ഒൻപതുമണി കഴിഞ്ഞിട്ടേ ഉണ്ടാവൂ... പിന്നീടുവന്നത്...." സ്മിത ആലോചിക്കുന്നു.

"പിന്നീട് സരിതയും മിനിമോളും രതിയും വന്നു."

"അവരാരെങ്കിലും സ്മിതയുടെ ബോക്സ് തുറന്നിരുന്നോ?"

"ഇല്ല."

"മനുശങ്കർ ബോക്സെടുത്തോ?"

"ഇല്ലില്ല." മനുശങ്കർ അപ്പോഴവിടെങ്ങും ഉണ്ടായിരുന്നില്ല. അല്ലേലും ആ കുട്ടി അങ്ങനൊന്നും ചെയ്യില്ല. പാവം കുട്ടിയാ. അതിന്റെ കൈയിലെപ്പോഴും രൂപയുണ്ടാവും.

"പിന്നീട്?"

"ഞാനത് സഞ്ചിയിൽ വെച്ചിട്ട് പുറത്തേക്കു പോയി. ബെല്ലടി ക്കാരായപ്പോഴാണ് ഞങ്ങൾ മടങ്ങി വന്നത്."

"അപ്പോഴാരൊക്കെയുണ്ടായിരുന്നു?"

"അപ്പോൾ സരിതയും മേഴ്സിയും രതിയുമുണ്ടായിരുന്നു. കുറ ച്ചകലെ മാറി രണ്ടു കുട്ടികളുണ്ടായിരുന്നു. ഒന്നാം മണി അടിച്ച തോടെ മറ്റു കുട്ടികളും ഓടി എത്തി. അത് കഴിഞ്ഞല്ലേ അഭി ക്ലാസിൽ വന്നത്."

"അതേ.. ഞാൻ റീഫിൽ വാങ്ങാൻ പോയിരുന്നു."

"എന്താ ഇപ്പോ വല്ലതുമ്പും കിട്ട്യോ?"

"ഹേയ്... ഞാൻ വെറുതെ ചോദിച്ചെന്നെ ഉള്ളൂ."

"എത്രയും വേഗം കള്ളനെ കണ്ടുപിടിക്കണം."

"അഭീ... അല്ലെങ്കിൽ അഭി കള്ളനാവില്ലെ?" സ്മിത സങ്കട ത്തോടെ അഭിപ്രായപ്പെട്ടു.

"യെയ്.. സരിത.. സരിത... ഒന്നിങ്ങോട്ടു വരാമോ?" അഭിയെ ക്കണ്ട് മാറിപ്പോയ സരിതയെ അഭി കൈ വീശി വിളിച്ചു.

സരിതയും മേഴ്സിയും മടിച്ചുമടിച്ച് അവരുടെ ചാരത്തേക്കു വന്നു. അഭിയോടു കൂടുതൽ അടുക്കാൻ അവർക്ക് ഭയമുള്ളതു പോലെ തോന്നി.

"സരിതാ... ഞാൻ ചില സംശയങ്ങൾ ചോദിച്ചാൽ മറുപടി പറയാമോ?"

"എന്താണഭീ.. എന്നെ കളിയാക്കാൻ പോകുവാണോ? ഞാ നാരുടേം രൂപ എടുത്തിട്ടില്ല." സരിത ബേജാറായിരുന്നു. അവൾ അഭിയെ ഭയപ്പെട്ട് വിരണ്ടു പോയിരുന്നു.

"മേഴ്സിയോട് ചോദിക്കട്ടെ?"

"ചോദിച്ചോളൂ."

"സ്മിത ബോക്സ് വെച്ച് പുറത്തേക്കു പോന്നതിനു ശേഷം ആ ബോക്സ് മറ്റാരെങ്കിലും തുറക്കുന്നത് കണ്ടോ?"

"ഇല്ല. ഞാൻ ക്ലാസിലേക്ക് വരുമ്പോൾ മനുവും അജിത്തും ഇറങ്ങിപ്പോകുന്നതു കണ്ടു."

"ശരി. നന്ദി." അവർ പോയി.

"അഭി.. ഒരു കള്ളനെ എല്ലാവരും വെറുക്കുന്നു. അഭി എത്രയും വേഗം ഈ കളവ് തെളിയിച്ച് സാറിന്റെ സമ്മാനം വാങ്ങണം." സ്മിത കാരുണ്യത്തോടെ അഭിപ്രായപ്പെട്ടു.

"ശ്രമിക്കുകയാണ് സ്മിത. കള്ളനെ ഞാൻ പിടിക്കുമെന്നതിൽ സംശയം വേണ്ട... ദാ ബെല്ലടിക്കുന്നു... നമുക്ക് വീണ്ടും കാണാം..."

അവർ ക്ലാസിലേക്കോടി.

4

കലുഷചിന്തകൾ

അഭിയുടെ മനസ്സ് സംഘർഷ സമ്മിശ്രമാണ്. അധ്യാപകൻ ക്ലാസിൽ കണക്കെടുക്കുകയാണ്. അവന്റെ മനസ്സ് അവിടെയെങ്ങു മായിരുന്നില്ല. ഏഴാം ക്ലാസാണ്. ക്രിസ്തുമസ്സ് പരീക്ഷ കഴിഞ്ഞിരി ക്കുന്നു. അവസാന പരീക്ഷയ്ക്ക് ഏറ്റവും കൂടുതൽ പഠിക്കേണ്ട സമയം. ഏഴാം ക്ലാസിലെ സ്വർണ മെഡൽ നേടാനുള്ള ശ്രമത്തി ലാണെല്ലാവരും. മെഡൽ അഭിക്കോ മനുശങ്കറിനോ എന്നതിലേ സംശയമുള്ളു. എല്ലാവരുടേയും പ്രതീക്ഷ അഭിയിലാണ്.

എന്നാലീ മോഷണ കേസ് അഭിയുടെ ശ്രദ്ധ തകിടം മറിച്ചിരി ക്കുകയാണ്. മെഡൽ നേടാൻ വേണ്ടി ഇനി ഏകാഗ്രമായി പഠിക്കാ നാവുമോ? എത്രയും വേഗം കള്ളനെ പിടിച്ച് അഭിമാനം കാക്കേ ണ്ടതല്ലെ ഒന്നാമത്തേ കാര്യം. അഥവാ സ്വർണ മെഡൽ ലഭിച്ചാൽ തന്നെ അതിലാരും തന്നെ അഭിനന്ദിക്കുകയില്ല!. കോപ്പിയടിച്ച് കൂടു തൽ മാർക്കു വാങ്ങി വ്യാജമായി ഒന്നാം റാങ്കുനേടിയെന്നേ എല്ലാ വരും വ്യാഖ്യാനിക്കൂ. അവൻ മിടുക്കൻ ചമഞ്ഞ് നടന്ന് മോഷണം നടത്തുകയായിരുന്നു. ഇപ്പോൾ പൂച്ചു പുറത്തായി... ഒരു കള്ളനു ഏതു സമ്മാനം കിട്ടിയാലും എന്ത്! എന്ന് ജനം പുച്ഛിക്കാതിരി ക്കില്ല!..

സ്വർണ മെഡലിനെപ്പറ്റിയുള്ള അവന്റെ ആവേശവും പ്രതീ ക്ഷയും തണുത്തു തുടങ്ങി. മനസ്സ് നേരെ നിൽക്കാതെ എങ്ങനെ പഠിക്കും? കള്ളനെ പിടിക്കാനുള്ള ആലോചനയിൽ പഠനം താറു മാറായി...

ഈ കേസ് എത്ര നാൾ കൊണ്ട് അന്വേഷിച്ച് തെളിയിക്കാ
നൊക്കും? ഈ പുലിവാലിൽ പിടിച്ചത് താനല്ലേ... തനിക്ക് റബ്ബറു
ള്ളതല്ലേ. അതു ഗൃഹപാഠം ചെയ്തതിനു ശേഷം ബോക്സിൽ
വെയ്ക്കാൻ മറന്നു. അതാണ് കുഴപ്പമായത്. താൻ സ്മിതയുടെ
ബോക്സിൽ നിന്ന് പല സാധനങ്ങളും എടുക്കാറുള്ളതാണ്. എന്നാ
ലിന്നുവരെ എന്തെങ്കിലും കാണാതെ വന്നതായി സ്മിത പരാതി
പ്പെട്ടിട്ടില്ല.

അപമാനത്തിന്റെ വിജനവും ഭീതിതവുമായ മണലാരണ്യത്തിനു
നടുവിലാണഭി. എങ്ങോട്ട് നീങ്ങിയാണന്വേഷിക്കേണ്ടത്. ഈ അപ
മാന കെണി തരണം ചെയ്യുന്നതെങ്ങനെ? എത്ര നിന്ദ്യമായ ഒരപ
മാനമാണ് തന്റെ തലയിൽ കെട്ടിവെച്ചിരിക്കുന്നത്! താൻ കള്ള
നല്ലെന്ന് താൻ തന്നെ തെളിയിക്കണം പോലും! ആലോചിച്ചപ്പോൾ
അഭിക്ക് സമനില തെറ്റി....

രൂപ ആരെടുത്ത് എന്ന് അനുമാനിക്കാനേ കഴിയുന്നില്ല. നോട്ടു
കണ്ടുകിട്ടിയതുകൊണ്ടായോ? അതെടുത്തയാളെയും കണ്ടെ
ത്തേണ്ടേ? ദുരൂഹവും കെട്ടു പിണഞ്ഞതുമായ കാര്യം തന്നെ. രൂപ
യുടെ നമ്പർ ആരും കുറിച്ചുവെക്കാറില്ല. നമ്പർ ഉണ്ടെങ്കിൽ തന്നെ
ആ നമ്പർ നോട്ട് എങ്ങനെ കണ്ടെത്തും? നടുക്കടലിൽ ഒറ്റപ്പെട്ട
ഒരു തോണിയിൽ താൻ അകപ്പെട്ടിരിക്കുകയാണെന്ന് അഭിക്കു
തോന്നി. എങ്ങോട്ടും നീങ്ങാനാവാതെ അഭി കുഴയുകയാണ്.

സമയം നീങ്ങും തോറും അവന്റെ അസ്വസ്ഥത ഏറി വന്നു.
ഏറ്റെടുത്ത ജോലിയുടെ കാഠിന്യം എത്ര വലുതാണെന്ന് ഓർത്ത
പ്പോഴാണ് അഭി പതറിപ്പോയത്. തന്റെ ഉന്നതമായ വ്യക്തിത്വത്തി
ന്റെ കടുത്ത ഒരാഘാതം! തന്റെ സുന്ദരമായ മുഖത്തിനൊരു കറുത്ത
മറുകായി തീരുമോ.

എല്ലാവരും താൻ കള്ളനാണെന്ന ഭാവത്തിൽ പെരുമാറാൻ
തുടങ്ങിയിരിക്കുന്നു. താൻ നിരപരാധിയാണ്. അധ്യാപകനും തന്നെ
കെണിയിൽ വീഴ്ത്തുകയായിരുന്നില്ലേ? നോട്ട് യാദൃച്ഛികമായി
കണ്ടു എന്നു പറഞ്ഞതാണ് ഗുലുമാലായത്. സത്യം പറഞ്ഞതിന്റെ
ശിക്ഷ! താൻ അന്വേഷിച്ച് സത്യം കണ്ടെത്തി തന്റെ പരിശുദ്ധി
തെളിയിക്കേണ്ട ഗതികേട്!

സ്വർണ മെഡൽ നേടാനുള്ള പ്രതീക്ഷ അഭി ഉപേക്ഷിച്ചു.
നാളെ എന്തൊക്കെ സംഭവിക്കുമെന്ന് ആർക്കറിയാം. തന്നെ ചതി
ക്കുഴിയിൽ വീഴ്ത്താൻ ആരെങ്കിലും രൂപ എടുത്തുമാറ്റിയതാണോ?
തന്നോടാർക്കാണ് പിണക്കം? മനുഷ്കർ പോലും തന്നോട് സ്നേഹ

മായാണ് പെരുമാറുന്നത്
അപ്പോൾ ആരാണ് ഈ
ചതിക്ക് പിന്നിൽ?..

സ്മിത ചെയ്ത
സൂത്രമാകുമോ? അതുകൊ
ണ്ടാണവൾ ഒരു വക്കാലത്തു
പോലെ താൻ രൂപ എടുത്തിട്ടില്ലെന്ന് പറ
ഞ്ഞത്? സ്മിത തന്നെ കുറ്റക്കാരനാ
ക്കാൻ ആഗ്രഹിച്ചിരിക്കില്ല. സ്വന്തം
ആവശ്യത്തിന് സ്മിത രൂപ ചെല
വാക്കിയിട്ട് തൽക്കാലം രക്ഷപ്പെ
ടാനുള്ള ഒരു തന്ത്രം മെനഞ്ഞ
താണോ അവൾ?

സ്മിത പുറത്തുപോയ
പ്പോൾ രൂപ കൊണ്ടുപോ
യില്ലെന്ന് എങ്ങനെ വിശ്വ
സിക്കും? അവൾ പുറത്തു
പോയി എന്തെങ്കിലും സാ
ധനം വാങ്ങിയോ? അവളുടെ

കൂടെ സീത ഉണ്ടായിരുന്നു. സീതയോട് ചോദിച്ചാൽ വിവരം
അറിയാം.

അവൻ സീതയെ കാണാൻ തീരുമാനിച്ചു. അത് നല്ലൊരു ബുദ്ധി
യാണെന്നവന് തോന്നി. തീരെ നിസ്സാരമായ ഒരു കാര്യം പോലും
കുററാന്വേഷണത്തിൽ അതി പ്രധാനമായ ഒരു കണ്ണിയായി മാറാം.
സ്മിതയോട് നേരിട്ട് ചോദിച്ചാൽ ഒരുപക്ഷേ അവൾ പറഞ്ഞി
ല്ലന്നു വരാം. അരുണിനെക്കൊണ്ട് വിവരങ്ങൾ ശേഖരിക്കാമെന്ന്
അവൻ തീരുമാനിച്ചു.

ക്ലാസ്സ് എത്രയും വേഗം കഴിയാൻ അഭി തിടുക്കപ്പെട്ടു....
ക്ലാസ്സ് അവസാനിച്ചു. എല്ലാവരും ഊണിന് പിരിഞ്ഞു.

5

അപമാനത്തിന്റെ ചങ്ങലക്കെട്ട്

കൂട്ടുകാർ ഊണിനു തിടുക്കം കൂട്ടുകയാണ്. അഭിക്ക് വിശപ്പോ ദാഹമോ തോന്നിയില്ല. എങ്കിലും കൂട്ടുകാരുമൊത്ത് ഒരുവിധം അവൻ ഉണ്ടെന്ന് വരുത്തി. ഊണിന് ഒത്തുകൂടിയ കൂട്ടുകാരൊക്കെ അഭിയെ ഭയപ്പെടുന്നതു പോലെയാണ് പെരുമാറിയത്. അവരുടെ അവജ്ഞ നിറഞ്ഞ ഭാവം കണ്ടപ്പോൾ താൻ കള്ളനല്ലെന്ന് ഉറക്കെ വിളിച്ചു പറയാൻ അവൻ കൊതിച്ചു. അതുകൊണ്ടെന്ത് വിശേഷം?

വലിയ മിടുക്കനും പഠിത്തക്കാരനും ഉദ്യോഗസ്ഥന്റെ മകനു മാണ്. പക്ഷേ കള്ളനാണ്. തീർന്നില്ലെ വിശേഷം! അവനോട് അസൂ യയുള്ളവർ അവൻ കേൾക്കേ പറയുന്നത് അവൻ കേട്ടില്ലെന്ന് വെച്ചു. താൻ മോഷ്ടിച്ചിട്ടില്ലെന്ന് തനിക്ക് മാത്രമല്ലേ അറിയൂ. അത് ബോധ്യ പ്പെടുത്താൻ കൃത്യമായ തെളിവുകളോടെ കള്ളനെ പിടിക്കുകയും തൊണ്ടി മുതൽ കണ്ടെടുക്കുകയും വേണം.

മോഷണം പോലെ നാണം കെട്ട ദുർഗുണം ലോകത്തിലില്ല. തന്നെ ഒരു മോഷ്ടാവായി ചിത്രീകരിച്ചുകാണാൻ എല്ലാവർക്കും എന്തിഷ്ടമാണ്! മോഷ്ടിക്കാതെ മോഷ്ടാവാകേണ്ടിവന്ന കാര്യ മോർത്ത് അഭി ദുഃഖിച്ചു. അപമാനത്തിന്റെ ഈ ചങ്ങലക്കെട്ട് എന്ന് പൊട്ടിച്ചെറിയാനാവും?

ഈ വിവരം വീട്ടിലറിഞ്ഞാലോ? യ്യോ.... അതോർമിക്കാനേ വയ്യ! അച്ഛൻ ജോലിസ്ഥലത്താണ് അത് ഭാഗ്യം! എന്നാലും എങ്ങ നെയും അച്ഛന്റെ ചെവിയിലെത്താതിരിക്കില്ല. സ്കൂളിലെ അധ്യാ പകർ അധികവും അച്ഛന്റെ പരിചയക്കാരാണ്.

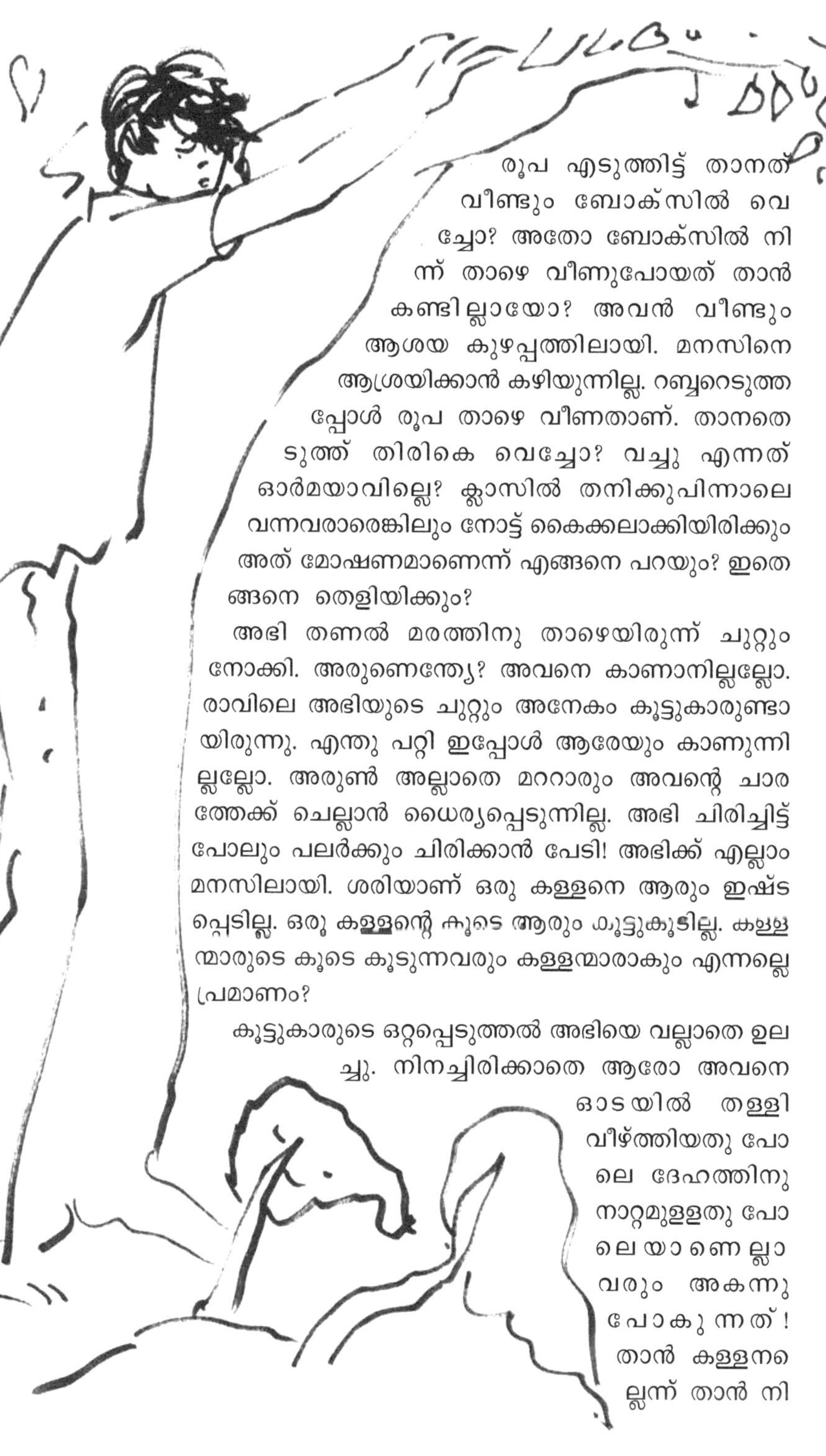

രൂപ എടുത്തിട്ട് താനത് വീണ്ടും ബോക്സിൽ വെച്ചോ? അതോ ബോക്സിൽ നിന്ന് താഴെ വീണുപോയത് താൻ കണ്ടില്ലായോ? അവൻ വീണ്ടും ആശയ കുഴപ്പത്തിലായി. മനസിനെ ആശ്രയിക്കാൻ കഴിയുന്നില്ല. റബ്ബറെടുത്തപ്പോൾ രൂപ താഴെ വീണതാണ്. താനതെടുത്ത് തിരികെ വെച്ചോ? വച്ചു എന്നത് ഓർമയാവില്ലെ? ക്ലാസിൽ തനിക്കുപിന്നാലെ വന്നവരാരെങ്കിലും നോട്ട് കൈക്കലാക്കിയിരിക്കും അത് മോഷണമാണെന്ന് എങ്ങനെ പറയും? ഇതെങ്ങനെ തെളിയിക്കും?

അഭി തണൽ മരത്തിനു താഴെയിരുന്ന് ചുറ്റും നോക്കി. അരുണെന്തേ? അവനെ കാണാനില്ലല്ലോ. രാവിലെ അഭിയുടെ ചുറ്റും അനേകം കൂട്ടുകാരുണ്ടായിരുന്നു. എന്തു പറ്റി ഇപ്പോൾ ആരേയും കാണുന്നില്ലല്ലോ. അരുൺ അല്ലാതെ മറ്റാരും അവന്റെ ചാരത്തേക്ക് ചെല്ലാൻ ധൈര്യപ്പെടുന്നില്ല. അഭി ചിരിച്ചിട്ട് പോലും പലർക്കും ചിരിക്കാൻ പേടി! അഭിക്ക് എല്ലാം മനസിലായി. ശരിയാണ് ഒരു കള്ളനെ ആരും ഇഷ്ടപ്പെടില്ല. ഒരു കള്ളന്റെ കൂടെ ആരും കൂട്ടുകൂടില്ല. കള്ളന്മാരുടെ കൂടെ കൂടുന്നവരും കള്ളന്മാരാകും എന്നല്ലെ പ്രമാണം?

കൂട്ടുകാരുടെ ഒറ്റപ്പെടുത്തൽ അഭിയെ വല്ലാതെ ഉലച്ചു. നിനച്ചിരിക്കാതെ ആരോ അവനെ ഓടയിൽ തള്ളി വീഴ്ത്തിയതു പോലെ ദേഹത്തിനു നാറ്റമുള്ളതു പോലെയാണെല്ലാ വരും അകന്നു പോകുന്നത്! താൻ കള്ളനെല്ലന്ന് താൻ നി

വർന്ന് നിന്ന് തെളിയിച്ചേ പറ്റൂ. അവൻ മനസിനെ നിയന്ത്രിക്കാൻ ശ്രമിച്ചു. മനസു പതറിയാൽ അന്വേഷണം തകിടം മറിയും. ഏതു പ്രതിസന്ധിയും ധൈര്യപൂർവം നേരിടുകയല്ലെ വേണ്ടത്. താൻ മോഷ്ടിച്ചിട്ടില്ല. പിന്നെന്തിന് ബേജാർ! ഈ കേസ് തെളിയിക്കാൻ തനിക്കു കഴിയുമെന്ന് ആത്മവിശ്വാസമുണ്ട്. എന്നാൽ മറ്റുള്ളവരുടെ നിന്ദാഭാവം കാണുമ്പോൾ അവൻ പതറാതെയുമിരുന്നില്ല.

കുട്ടികൾ അങ്ങിങ്ങ് കൂടി നിന്ന് അഭിയെ ചൂണ്ടി പറയുന്നത് അവൻ കണ്ടു... ദാ.. അതാണ് നോട്ട് മോഷ്ടിച്ച കള്ളൻ!.. എന്നാവാം അവർ പറയുന്നത് എന്ന് അഭി സങ്കൽപ്പിച്ചു. പെട്ടെന്ന് അരുൺ അവന്റെ ചാരത്തേക്ക് ഓടി വന്നു.

"അരുൺ നീ എവിടെയായിരുന്നു?" അഭി വേഗം ചോദിച്ചു. തനിച്ച് നിന്ന് അവൻ വിഷമിക്കുകയായിരുന്നു. അരുണും തന്നെ വിട്ടുപോയിരുന്നെങ്കിൽ സ്ഥിതി എന്താകുമായിരുന്നു? അരുൺ എത്ര നല്ല കൂട്ടുകാരനാണ്. ആപത്തിൽ കൂടെ നിന്ന് സഹായിക്കു ന്നവനാണ് യഥാർഥ കൂട്ടുകാരൻ. അതെ. അരുണാണ് തന്റെ നല്ല കൂട്ടുകാരൻ!

"ഞാനാ റോഡിനു പുറത്തായിരുന്നു അഭി..." അരുൺ കിത പ്പോടെ പറഞ്ഞു.

"അരുൺ നിനക്കെന്റെ കൂടെ നടക്കുവാൻ ഭയമുണ്ടോ?" അഭി വികാരവായ്പ്പോടെ അരുണിന്റെ കൈ പിടിച്ച് അവനെ ഉറ്റ നോക്കി കൊണ്ടു ചോദിച്ചു.

"എന്തിന്?" നീ എന്താണ് ഉദ്ദേശിക്കുന്നത്? അരുൺ വിസ്മയ ത്തോടെ ചോദിച്ചു. അരുണിന്റെ ചോദ്യം അഭി കേട്ടില്ല. അവൻ ഏതോ ഗഹന ചിന്തയിലായിരുന്നു.

6

ഉത്തമ സ്നേഹിതൻ

അഭി അത്യധികം സന്താപപ്പെട്ടിരുന്നു. മൈതാനമാകെ ചിതറി നിൽക്കുന്ന കൂട്ടുകാരിലായിരുന്നു അവന്റെ ശ്രദ്ധ. അവരുടെ അകൽച്ച അവന് സഹിക്കാനാവുന്നില്ല.

"അഭീ... നീ എന്താണിത്ര ഗഹനമായി ചിന്തിക്കുന്നത്?. ഞാൻ ചോദിക്കുന്നത് കേട്ടില്ലേ?" അരുൺ അഭിയെ കുലുക്കി ഉണർത്തി ചോദിച്ചു.

"അരുൺ... നോക്ക്.. മറ്റ് കൂട്ടുകാരെല്ലാം എന്നെ ഭയന്ന് അകന്നു മാറിപ്പോഴുന്നത് നീ കാണുന്നില്ലേ.? എന്നോട് മിണ്ടാൻ തന്നെ ഭയക്കുന്നു. നിനക്കും അങ്ങനെ ഉണ്ടോ.?" അവന്റെ ശബ്ദം പത റിയിരുന്നു. മുഖം തുടുത്ത് വികാര തീവ്രമായി. മിഴികൾ വികസിച്ച് തിളങ്ങി.

"ഹേയ്.. എല്ലാം നിന്റെ തോന്നലാണ്. അങ്ങനൊന്നുമാവില്ല. എനിക്ക് നിന്റെ കൂടെ നടക്കാൻ ഒട്ടും ഭയമില്ല.. തന്നെയുമല്ല. നീ എന്റെ ഏറ്റവും പ്രിയപ്പെട്ട സുഹൃത്താണ്. നിന്റെ ഉത്തമ സ്വഭാവ ഗുണമാണ് എന്നെ നിന്നിലേക്ക് അടുപ്പിച്ചത്. വീട്ടിൽ ഞാൻ സദാ വഴക്കായിരുന്നു. എല്ലാവരോടും കയർക്കുമായിരുന്നു. ദേഷ്യം വന്നാൽ കണ്ണിൽ കാണുന്നതൊക്കെ ഞാൻ തല്ലിത്തകർക്കുമായി രുന്നു. നിന്റെ കൂടെ കൂടിയപ്പോൾ, നിന്റെ വീട്ടിൽ വന്ന് എല്ലാവരു മായി പരിചയപ്പെട്ടപ്പോൾ നിങ്ങളുടെ പെരുമാറ്റവും സന്തോഷവും കണ്ട് ഞാൻ സ്വയം തിരുത്തി... അഭീ.... എന്നെ നല്ലവനാക്കിയ സുഹൃത്താണ് നീ, എന്റെ അച്ഛനും അമ്മയ്ക്കും ചേട്ടനും നിന്നെ

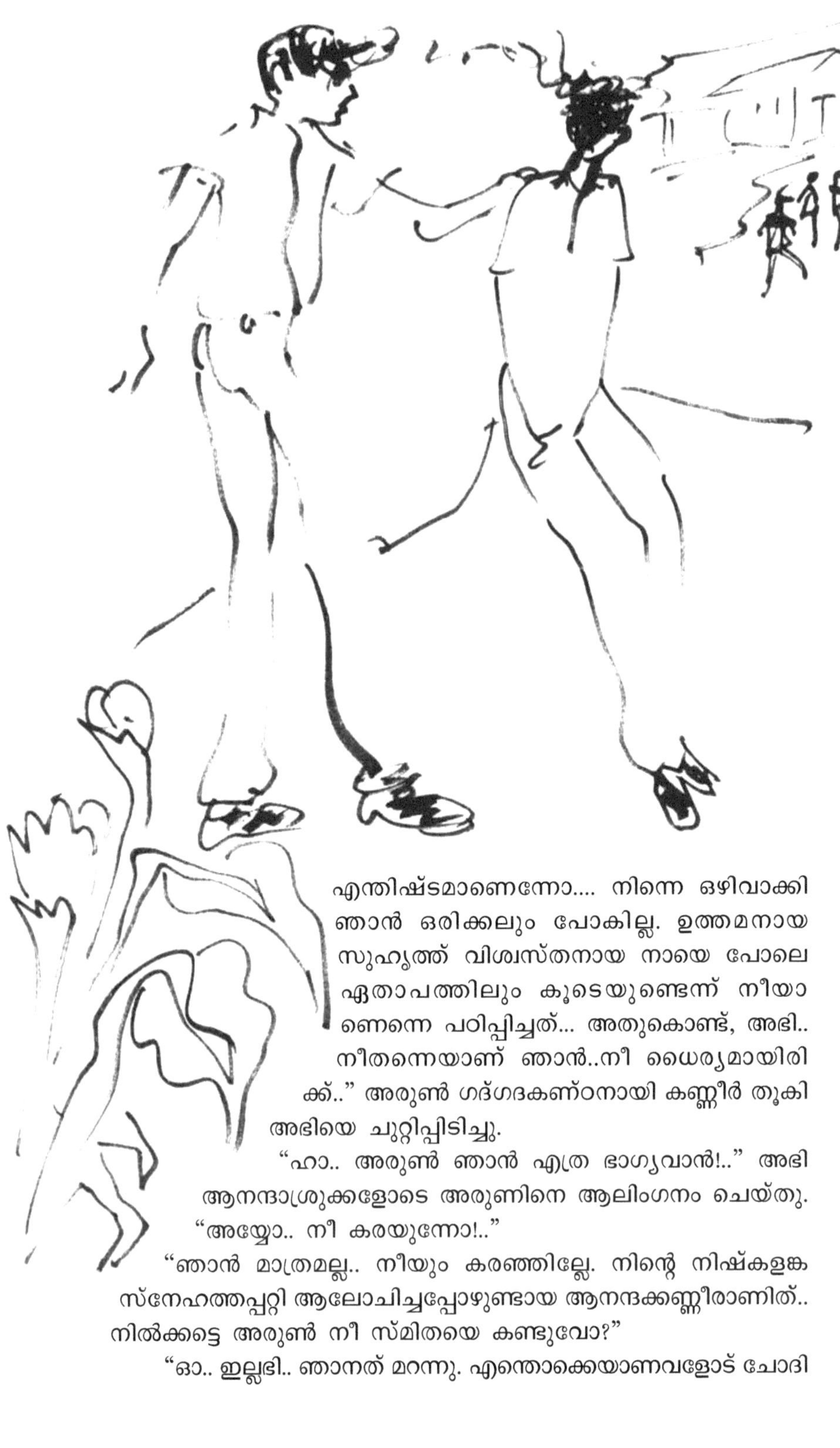

എന്തിഷ്ടമാണെന്നോ.... നിന്നെ ഒഴിവാക്കി ഞാൻ ഒരിക്കലും പോകില്ല. ഉത്തമനായ സുഹൃത്ത് വിശ്വസ്തനായ നായെ പോലെ ഏതാപത്തിലും കൂടെയുണ്ടെന്ന് നീയാ ണെന്നെ പഠിപ്പിച്ചത്... അതുകൊണ്ട്, അഭി.. നീതന്നെയാണ് ഞാൻ..നീ ധൈര്യമായിരി ക്ക്.." അരുൺ ഗദ്ഗദകണ്ഠനായി കണ്ണീർ തൂകി അഭിയെ ചുറ്റിപ്പിടിച്ചു.

"ഹാ.. അരുൺ ഞാൻ എത്ര ഭാഗ്യവാൻ!.." അഭി ആനന്ദാശ്രുക്കളോടെ അരുണിനെ ആലിംഗനം ചെയ്തു.

"അയ്യോ.. നീ കരയുന്നോ!.."

"ഞാൻ മാത്രമല്ല.. നീയും കരഞ്ഞില്ലേ. നിന്റെ നിഷ്കളങ്ക സ്നേഹത്തെപ്പറ്റി ആലോചിച്ചപ്പോഴുണ്ടായ ആനന്ദക്കണ്ണീരാണിത്.. നിൽക്കട്ടെ അരുൺ നീ സ്മിതയെ കണ്ടുവോ?"

"ഓ.. ഇല്ലഭി.. ഞാനത് മറന്നു. എന്തൊക്കെയാണവളോട് ചോദി

ക്കേണ്ടത്. വേഗം പറയൂ." അരുൺ വിവരങ്ങൾ ചോദിച്ചു മനസി ലാക്കി. സ്മിതയെ ലക്ഷ്യമാക്കി പാഞ്ഞുപോയി..

അരുണിന്റെ ഓട്ടം നോക്കി അഭി നിർവൃതിയോടെ നിന്നു. എന്നാൽ അവൻ വളരെ സമയം അവിടെ നിന്നെങ്കിലും ഒരു കുട്ടി പോലും അവന്റെ അടുത്തേക്ക് വന്നില്ല. എന്തുകൊണ്ട്? അഭിയെ അത് വളരെ ചിന്തിപ്പിച്ചു.

അൽപ്പം കഴിഞ്ഞ് അരുൺ ഓടി വന്നു.

"അഭി.. നീ സ്മിതയെ സംശയിക്കുന്നതിലർഥമില്ല. സ്മിത കടയിൽ പോയി സാധനം വാങ്ങിയത് നേരാണ്. അത് വേറെ രൂപ യ്ക്കാണ്." അരുൺ കിതച്ചുകൊണ്ട് പറഞ്ഞു നിർത്തി.

"ഓ.. അങ്ങനെയാണല്ലേ.. വെറുതെയാണെങ്കിലും നാം പല രേയും സംശയിക്കേണ്ടിയിരിക്കുന്നു.. അരുൺ ഞാൻ ഉച്ച കഴിഞ്ഞ് ക്ലാസിൽ കയറുന്നില്ല. പുറത്ത് പലതും അന്വേഷിക്കാനുണ്ട്... നീ..?"

"ഞാൻ നിന്റെ കൂടെ വരണോ?"

"നിനക്ക് വിഷമമമില്ലെങ്കിൽ."

"എനിക്കെന്തു വിഷമം... ഞാൻ റെഡി."

"നല്ലത്. നീ എന്റെ കൂടെയുള്ളത് എനിക്കെന്ത് ധൈര്യമാണെ ന്നോ..." അവർ മുന്നോട്ട് നടന്നു.

7

അറിയാതെ ചെയ്ത കുറ്റം

അഭിയുടെ വീട് സ്കൂളിൽ നിന്ന് അൽപ്പം അകലെയാണ്. അവനെ എല്ലാവർക്കും അറിയാം അച്ഛൻ ഉദ്യോഗസ്ഥനാണ്. അമ്മയ്ക്ക് ജോലിയില്ല. ഇടത്തരം കുടുംബം.

അഭിയുടെ സൽസ്വഭാവത്തെപ്പറ്റി അയൽക്കാർക്ക് പോലും നല്ല മതിപ്പാണ്. മക്കളാണ് മാതാപിതാക്കളുടെ അഭിമാനമെന്ന് അഭിക്ക് നല്ല നിശ്ചയമുണ്ട്. അവൻ വായിക്കുന്ന പുസ്തകങ്ങളിലെ ഗുണ പാഠ കഥകളെല്ലാം അവന് മനഃപാഠമാണ്. പഠനം കഴിഞ്ഞാൽ വായനയാണ് അവന്റെ വിനോദം.

നാട്ടിലും വീട്ടിലും അഭി ഒരുപോലെ ശ്രദ്ധിക്കപ്പെട്ടു. പഠിക്കുന്ന കാര്യത്തിൽ ഒരാളും തനിക്ക് മുന്നേ പോകരുതെന്നവന് വാശിയു ണ്ട്. ഇന്നുവരെ അവനെ ആർക്കും പിന്നിലാക്കാൻ കഴിഞ്ഞിട്ടില്ല. അതുകൊണ്ട് അവനോടൊപ്പം പഠിക്കുന്ന ചില കുട്ടികൾക്ക് അവ നോടസൂയയുണ്ട്.

ഏററവും നന്നായി പഠിക്കുന്ന ഭേദപ്പെട്ട കുട്ടിയാണ് മനുശ ങ്കർ. ഒന്നാം ക്ലാസ്സുമുതൽ അഭിയും മനുവും ഒരുമിച്ചാണ് പഠിച്ചു വരുന്നത്. എന്നാലിന്നുവരെ മനുശങ്കറിന് അഭിയെ പിന്നിലാക്കാൻ കഴിഞ്ഞിട്ടില്ല. മനുവിന് പാഠപുസ്തകം മുഴുവൻ മനഃപാഠമാണ്. എന്നാൽ മറ്റ് പുസ്തകങ്ങളൊന്നും അവൻ വായിക്കാറില്ല.

ഇംഗ്ലീഷ് മീഡിയം സ്കൂളിൽ അഭിയെ ചേർത്ത് പഠിപ്പിക്കാൻ അച്ഛൻ തീരുമാനിച്ചതാണ്. അത് വായനയ്ക്ക് തടസമാകുമെന്ന് ഭയന്നാണവൻ ഇവിടെത്തന്നെ പഠിക്കാൻ തുടങ്ങിയത്.

അഭി അടുത്ത ഗ്രന്ഥാലയത്തിൽ അംഗമാണ്. അവിടെ നിന്നും അനേകം മലയാളം ഇംഗ്ലീഷ് പുസ്തകങ്ങൾ അവൻ വായിച്ചു കഴിഞ്ഞിരിക്കുന്നു. വീട്ടിലെ കാര്യങ്ങൾക്കും അമ്മയെ സഹായിക്കാനും അഭി തയാറാണ്. ഒരു പ്രവർത്തിയും അവൻ "വയ്യ" എന്ന് പറയാറില്ല. എല്ലാ ജോലിയും ചിട്ടയോടെ ചെയ്തു തീർക്കുകയും പഠിച്ചു ഒന്നാമനായി മികവു കാട്ടുകയും ചെയ്യുന്ന മിടുക്കനാണഭി.

അവൻ ദിവസവും രാവിലെ അഞ്ച് മണിക്കുണരും. ദിന കൃത്യങ്ങൾക്കു ശേഷം പാഠങ്ങൾ പഠിക്കും രാത്രി 7.30 മുതൽ 8.30 വരെ പഠനം. മിച്ചം കിട്ടുന്ന സമയം വായനയും ടെലിവിഷൻ കാണലും, അമ്മയെ സഹായിക്കലും.

പഠനം അഭിക്ക് എളുപ്പമേറിയ ഒരു കാര്യ മാണ്. ക്ലാസ്സിൽ അവൻ ബദ്ധശ്രദ്ധനായിരിക്കും. പഠനവും ദിനചര്യ പോലെ അവൻ കൃത്യനിഷ്ഠ യോടെ നിർവഹിക്കുന്നു. അവൻ വെറുതെ സമയം കളയാറില്ല. അന്നന്നുള്ള പാഠങ്ങൾ അന്നന്നവൻ പഠിക്കും. നീ പഠിക്കുന്നില്ലേ! എന്ന് അമ്മയ്ക്കും അച്ഛനും അവനോട് ചോദിക്കേണ്ടി വന്നിട്ടില്ല.

അധ്യാപകർക്കെല്ലാം അഭിയെ കാര്യമാണ്. ഒരിക്കലും അധ്യാപകരെ അവൻ ധിക്കരിക്കാ റില്ല. അവർ ഏൽപ്പിക്കുന്ന ഏത് ജോലിയും അവൻ ഉത്തരവാദിത്വത്തോടെ ചെയ്തു തീർക്കാറുണ്ട്.

അഞ്ചാം ക്ലാസുവരെ അഭി നന്നായി പഠി ച്ചിരുന്നെങ്കിലും അവൻ തികഞ്ഞ വാശി ക്കാരനും കുസൃതിമൂലം വീട്ടുകാർക്ക് സൈ്വര്യം കൊടുക്കാത്ത ശല്യക്കാരനുമായി രുന്നു. എന്നാലവൻ വായന ശീലമാക്കിയതോടെ അവൻ എത്ര വേഗത്തിലാണ് പക്വമതിയായത്.! അഭിയുടെ സ്വഭാവ മാറ്റം അവനെ അറിയുന്നവർക്കൊക്കെ അത്ഭുതമായിരുന്നു.

അഭിയെപ്പറ്റിയുള്ള അപകീർത്തികരമായ ഈ വാർത്ത അധ്യാ
പകർ അറിഞ്ഞെങ്കിലും ആരും അതിനു പ്രചാരണം കൊടുത്തില്ല.
അഭി ഇങ്ങനെ ഒരു തെറ്റ് ചെയ്യില്ലെന്ന് അവർക്കുറപ്പുണ്ടായിരുന്നു.
അതുകൊണ്ട് അധ്യാപകരോ ഹെഡ്മാസ്റ്ററോ അവനെ പ്രത്യേകം
വിളിച്ച് ചോദ്യം ചെയ്തില്ല. അഭിയുടെ കഴിവിനെ കൂടുതൽ ഊർജ
സ്വലമാക്കാൻ കൂടിയാണ് അധ്യാപകൻ ഈ അന്വേഷണത്തിന്
അവനെ ചുമതലപ്പെടുത്തിയത്.

അഭിക്ക് തന്റെ ഉയർന്ന വ്യക്തിത്വത്തെപ്പറ്റി വ്യക്തമായ ധാര
ണയൊന്നുമുണ്ടായിരുന്നില്ല. എന്നാൽ താൻ മറ്റുള്ളവർക്ക് ഉപദ്രവ
മാകരുതെന്നും മാനക്കേടുണ്ടാക്കരുതെന്നും അവൻ ആഗ്രഹിച്ചിരുന്നു.

പല കുട്ടികളുടേയും രക്ഷാകർത്താക്കളെ അധ്യാപകർ ക്ലാ
സിൽ വിളിച്ചു വരുത്തി മക്കളുടെ കുറ്റങ്ങൾ വിവരിച്ച് താക്കീതു
നൽകുന്നത് അഭി കാണാറുണ്ടായിരുന്നു. ഏറ്റവും നന്നായി പഠി
ക്കുന്ന മനുശങ്കറിന്റെ പിതാവിനെപ്പോലും വിളിച്ചുവരുത്തി മനു
വിനു വേണ്ടി മാപ്പു പറയിക്കുകയുണ്ടായിട്ടുണ്ട്.

തന്റെ സൽപ്പേരിനുണ്ടായ കളങ്കം എത്രയും വേഗം തുടച്ചുനീ
ക്കാൻ അഭി കൊതിച്ചു. എന്നാൽ അത്ര വേഗം കഴിയുന്ന കാര്യ
മാണോ ഈ കുറ്റാന്വേഷണം? താൻ ഈ കേസിൽ സത്യം കണ്ടെ
ത്തും. എങ്ങനെ? എപ്പോൾ? വ്യക്തമായ ഒരുത്തരം കണ്ടെത്താൻ
അഭിക്കു കഴിയുന്നില്ല.

8

അപമാനഭാരം

ഒരു കൈയബദ്ധത്തിന്റെ പേരിലാണ് അഭി കഷ്ടപ്പെടുന്നത്. ഈ അപമാനഭാരം എത്ര വലുതാണ്. മറ്റുള്ളവരുടെ മുഖത്തുനോ ക്കാൻ തന്നെ അവന് ലജ്ജയായിത്തുടങ്ങി.

"അരുൺ നീ ഈ കാര്യം മറ്റാരോടും പറയരുത്. പറയുമോ?" അഭിയും അരുണും മുന്നോട്ട് നടക്കുകയാണ്.

"ഹേയ്.. ഇല്ലില്ല.. ഇങ്ങനെ പറഞ്ഞുനടക്കാൻ പറ്റിയ കാര്യ മാണോ ഇത്? ഒരു മോഷ്ടാവിനെ ആരും ഇഷ്ടപ്പെടില്ലന്നെനിക്കറി യില്ല "

"അരുൺ, അമ്മ അറിഞ്ഞാൽ ആകെ കുഴപ്പമാകും. കുട്ടികൾ ചെന്ന് അമ്മയോടു ഏഷണി പറയുമോ?" അഭി വല്ലായ്മയോടെ അരുണിനെ നോക്കി.

"അങ്ങനൊന്നുമുണ്ടാവില്ല... അഭീ... നീ വെറുതെ ഭയപ്പെടുക യാണ്. നീ മോഷ്ടിച്ചു എന്ന് അമ്മ വിശ്വസിക്കുമോ?" അരുണിന് അഭിയെ പ്രതി ക്ലേശമുണ്ട്.

"എന്നാലും അരുൺ....." അഭിക്കു ഭയമായിതുടങ്ങി. "മോഷ ണകാര്യം ചെറിയകാര്യമാണോ?"

"അഭീ.. നീ ഒട്ടും ഭയപ്പെടേണ്ട. വേണമെങ്കിൽ ഞാൻ കൂടി വന്നു പറയാം. അതല്ലെങ്കിൽത്തന്നെ അമ്മ ഇതെങ്ങനെ അറിയാൻ."

അരുണിന്റെ സാന്ത്വനമൊന്നും അഭിയുടെ ഭയമകറ്റിയില്ല. അച്ഛൻ ആഫീസിലാണ്. വീട്ടിലെങ്ങനെ സത്യം ബോധ്യപ്പെടുത്തും. "അഭീ... നമുക്കിനി ചെയ്യാനുള്ളതെന്ത്...." അരുൺ ചോദിച്ചു.

"ഞാൻ ചില കാര്യ ങ്ങൾ ചിന്തിക്കുകയാണ്. നീ എന്റെ കൂടെ ഉറച്ചു നിൽക്കുമല്ലോ..."

"അതിന് ഇനിയും നിനക്കു സംശയമോ?..." അരുൺ പെട്ടെന്നു ചോദിച്ചു. ഇതെ ന്തിനാ നിന്റെ കൈയിൽ നോട്ട് ബുക്ക്?

"വേണം അരുൺ നാം ഏറ്റെടുത്തിരിക്കുന്ന ഈ ജോലി വളരെ ഗൗരവമുള്ളതാണ്. നാം ചെയ്യുന്ന ഓരോ പ്രവർത്തിയും നോട്ടുബുക്കിൽ രേഖപ്പെടുത്തിവെ ച്ചില്ലെങ്കിൽ ഒടുവിലെന്തുചെയ്യും? അന്വേഷണ റിപ്പോർട്ട് തയാറാ ക്കേണ്ടേ? നോട്ട് ഒരുപക്ഷേ, കണ്ടെ ടുത്തെന്നിരിക്കട്ടേ. അത് ഞാനെ ടുത്തിട്ട് ഒരു കഥ കെട്ടിച്ചമച്ചതാ ണെന്ന് പറയാൻ വയ്യേ? അതുകൊണ്ട് നമ്മുടെ ഓരോ ചലനവും ഈ ബുക്കിൽ തീയതി വെച്ച് രേഖപ്പെടുത്തണം. അത് അതീവ രഹസ്യമായി രിക്കുകയും വേണം. ഒരുപക്ഷേ, ഇതൊരു കുറ്റാന്വേഷണ നോവ ലായി തീർന്നേക്കാം... പിന്നീട്."

"ഉഗ്രൻ ഐഡിയ.. അഭീ നീ ബുദ്ധിമാൻ തന്നെ!.." അരുൺ അ ഭിയെ അഭിനന്ദിച്ചു.

"അരുൺ, ആദ്യ മായി നമുക്കീ വഴിയോര കടകളിൽ ചെറുതായൊന്നന്വേഷിക്കാം.

ഈ ലൈനിൽ മൂന്ന് കടകളുണ്ടല്ലോ." റോഡരികിൽ കണ്ട ആദ്യക
ടയിലേക്കവർ കയറി.

"നമസ്കാരം ചേട്ടാ." അഭി പറഞ്ഞു.

"നമസ്കാരം അനിയാ...." കടക്കാരൻ തമാശയായി പ്രതി
വചിച്ചു. നന്നായി അലങ്കരിച്ച സ്റ്റേഷനറിക്കട. "ഇതെന്താ സ്കൂൾ
നേരത്തേ കഴിഞ്ഞോ?" ചെറുപ്പക്കാരനായ കടക്കാരൻ ചോദിച്ചു.

"കഴിഞ്ഞതല്ല. ഞങ്ങൾ ചില കാര്യങ്ങൾ പഠിക്കാനിറങ്ങിയ
താണ്. ഞങ്ങളുടെ ചില ചോദ്യങ്ങൾക്ക് മാമൻ മറുപടി പറയണം."

"എന്താ അഭീ.. നീ സി ഐ ഡി ഇൻസ്പെക്ടറായയോ?" കട
ക്കാരൻ പുഞ്ചിരിച്ചു.

"എത്ര മണിക്ക് കട തുറന്നു?"

"ങ്ങേ.. ഇതെന്ത്? ഇതൊരു പുതിയ ഏർപ്പാടാണല്ലോ" കട
ക്കാരൻ വിസ്മയം നടിച്ചു.

"രാവിലെ എട്ടിന്." അയാൾ പറഞ്ഞു.

"രാവിലെ മുതൽ സാധനം വാങ്ങാൻ വന്നവരെയൊക്കെ ഓർമി
ക്കുന്നോ?" അഭി ഓരോന്നും ചോദിക്കുകയും നോട്ടുബുക്കിൽ എഴു
തുകയും ചെയ്തുകൊണ്ടിരുന്നു.

"എല്ലാവരേയും ഓർമിക്കാനാവില്ല കുട്ടീ... എന്തെങ്കിലും പ്രത്യേ
കതയുള്ളവരെ ഓർമിച്ചേക്കാം."

"എത്ര കുട്ടികൾ സാധനം വാങ്ങാൻ വന്നു?"

"കുറച്ചു കുട്ടികൾ വന്നേക്കും."

"ആൺകുട്ടികളെത്ര? പെൺകുട്ടികളെത്ര?"

"വ്യക്തമായയോർക്കുന്നില്ല."

"പത്തുമണിക്കുമുമ്പ് എന്നു പറഞ്ഞാൽ 9.30 കഴിഞ്ഞ് ആരെ
ങ്കിലും വന്നിരുന്നോ?"

"വന്നു. സ്മിതയും സീതയും വന്നിരുന്നു." അവർ കടക്കാ
രന്റെ അയൽക്കാരാണ്.

"അവർ എന്തൊക്കെ വാങ്ങി?"

"ഒരു പെൻസിലും രണ്ടു സ്ലെയിഡും ഓരോ മിഠായിയും."

"നോട്ടാണോ ചില്ലറയാണോ തന്നത്?"

"നോട്ട്."

"എത്രേടെ?"

"പത്തിന്റെ"

"മറ്റാരെങ്കിലും വന്നോ?"

"രണ്ടു പെൺകുട്ടികൾ വന്നു."

"അവർ നോട്ടാണോ തന്നത്?"

"അല്ല. നാണയം."

"നൂറു രൂപയുടെ നോട്ട് കുട്ടികളാരെങ്കിലും കൊണ്ടുവന്നോ? ഇവിടെ ഇന്നുകിട്ടിയ നൂറിന്റെ നോട്ടുകളൊന്നുകാണിക്കാമോ?"

"കാണിക്കാം." കടക്കാരൻ മേശയിലുണ്ടായിരുന്ന മുഴുവൻ നോട്ടുകളും വാരി പുറത്തിട്ടു. അതിൽ അഭി അന്വേഷിക്കുന്ന നോട്ടി ല്ലായിരുന്നു.

"രൂപാ ആർക്കെങ്കിലും കൊടുത്തിട്ടുണ്ടോ?"

"ഇന്നു കൊടുത്തിട്ടില്ല."

"നന്ദി." അഭി നോട്ടുബുക്ക് മടക്കി പുറത്തേക്ക് നടന്നു.

"ഹലോ.. നിൽക്ക് നിൽക്ക് അങ്ങനെ പോയാലോ?" കടക്കാ രൻ പുഞ്ചിരിയോടെ അഭിയെ തടഞ്ഞു.

അഭി തിരിഞ്ഞ് നിന്നു.

"എന്തിനാണീ വിവരങ്ങൾ ശേഖരിക്കാൻ കാരണം?"

"വിശദവിവരം പിന്നാലെ പറയാം." എന്നു പറഞ്ഞു കൈവീശി അവർ നടന്നു.

തുടർന്നവർ രണ്ടു കടകൾ കൂടി പരിശോധിച്ചെങ്കിലും ഒരു തുമ്പും ലഭിച്ചില്ല.

സമയം 2.30 കഴിഞ്ഞു.

9

കള്ളനഭി

അഭിയും അരുണും മുന്നോട്ടു നടക്കുകയാണ്.

"അഭീ... നീ വിചാരിക്കുന്നതുപോലെ രൂപ എടുത്തവർ കട യിൽത്തന്നെ കൊടുക്കണമെന്നുണ്ടോ?" അരുൺ ചോദിച്ചു.

"ചോദ്യം ശരി. രൂപ എടുത്തവർ അത് കൈയിൽ വെക്കുകയി ല്ല. കാരണം അത് പിടിക്കപ്പെടുമെന്ന് സംശയിക്കാം. കൂടാതെ നോട്ട് ചെലവായിക്കഴിഞ്ഞാൽ അത് അന്വേഷിച്ച് കണ്ടെത്തുക അസാധ്യം. നമ്മളിങ്ങനെ ഒരന്വേഷണത്തിന് തുനിയുമെന്നും കള്ളൻ വിചാരി ക്കുകയില്ല."

"അതേ നിന്റെ നിഗമനം ശരിയാണ്." അരുൺ സമ്മതിച്ചു. "അടുത്തതെന്താ?"

"അരുൺ വരൂ കട തീർന്നില്ലല്ലോ?"

അവർ ഒരു ചായക്കടയിലും രണ്ടു മാടക്കടയിലും അന്വേഷണം നടത്തി. ഒരു വിവരവും ലഭിച്ചില്ല. അതോടെ അന്വേഷണം വഴിമു ട്ടിയെന്ന് അഭിക്ക് ബോധ്യമായി. സമയം നാലുമണി.

അരുണും അഭിയും ഒരു അമ്പലത്തിനു മുന്നിലെ വഴിയമ്പല ത്തിൽ വിശ്രമിക്കാൻ ഇരുന്നു. അഭി ഗഹനമായ ആലോചനയിലാ ണെന്ന് അരുണിന് തോന്നി. അവർ കുറേ സമയം അവിടെ ഇരുന്നു.

സ്കൂൾ വിട്ട് കുട്ടികൾ വരാൻ തുടങ്ങി.

"അരുൺ കുട്ടികൾ പോകട്ടെ. അമ്പലത്തിന് മറഞ്ഞു നിൽക്കാം." അവർ അമ്പലത്തിന് പിന്നിലേക്ക് മറഞ്ഞു നിന്നു. കുട്ടി കളും അധ്യാപകരും പൊയ്ക്കഴിഞ്ഞു. അവർ വീണ്ടും യാത്ര

തുടർന്നു. അവർ ബ
സാറിനു സമീപം എത്തി.
സ്കൂളിൽ നിന്ന് ഇത്രയും
അകലെ വരെ ആരും സാധനം
വാങ്ങാൻ വരുമെന്ന് അഭി വിശ്വസിച്ചില്ല.
എന്നാൽ ബുദ്ധിമാനായ കള്ളൻ വന്നുകൂടായ്ക
യില്ല. അഭി പറഞ്ഞു.

"അരുൺ നമുക്കാ ബസാറിലെ ചില കടകൾ പരി
ശോധിക്കണം." അവർ സാമാന്യം ഭേദപ്പെട്ട ഒരു
സ്റ്റേഷനറി കടയിലേക്ക് കയറി. കടക്കാരൻ അഭി
യുടെ അച്ഛന്റെ സ്നേഹിതനാണ്.

"ഹലോ.. ഗുഡ് ബോയി.. വരൂ.. വരൂ.."
കടക്കാരൻ അഭിയെ സ്നേഹത്തോടെ സ്വീകരിച്ചു.
അവർ കടയിലേക്കു ചെല്ലുമ്പോൾ രണ്ടുമൂന്നുപേർ
സാധനം വാങ്ങാൻ നിൽക്കുന്നുണ്ട്.

"മാമാ.. ഞങ്ങൾക്ക് ചില കാര്യങ്ങൾ അറിയാനുണ്ട് പറഞ്ഞു
തരണം." സാധനം വാങ്ങാൻ നിന്നവർ പൊയ്ക്കഴിഞ്ഞപ്പോൾ
അഭി പറഞ്ഞു.

"പറഞ്ഞോളു.. പറഞ്ഞോളു.."

കച്ചവടം ആവുകയല്ലേ ഞങ്ങൾ രണ്ടുമൂന്നു ചോദ്യം ചോദിച്ച്
പൊയ്ക്കോളാം."

'കച്ചവടം അങ്ങനെ നടന്നോളും കാര്യം പറയൂ." ഇന്നിവിടെ
നിന്ന് സ്കൂൾ കുട്ടികളാരെങ്കിലും സാധനം വാങ്ങിയോ?

"സ്കൂൾ കുട്ടികളോ.." കടക്കാരൻ ആലോചിച്ചു. "ഓ വന്നു..
വന്നു.. രണ്ടു കുട്ടികൾ വന്നിരുന്നു."

"രണ്ടു കുട്ടികളോ.. അഭി വിസ്മയിച്ചു." "എത്ര മണിയായിട്ടു
ണ്ടാവും."

"അവർ വളരെ തിടുക്കത്തിൽ ഓടിക്കിതച്ചാണ് വന്നത്
അപ്പോൾ സമയം 9.45 ആയിട്ടുണ്ടാവും എന്താണവർ വാങ്ങിയത്?"

"ഒരാൾ ഒരു ബാൾ പെൻ"

"മറ്റേയാൾ"

"അയാളൊന്നും വാങ്ങിയില്ല. അയാൾക്ക് മറ്റേയാൾ മിഠായി വാങ്ങിക്കൊടുത്തു."

"എപ്പോഴാണവർ പോയത്?"

"9.50 ആയിട്ടുണ്ടാവും."

"ചില്ലറയാണോ നോട്ടാണോ അവർ തന്നത്?"

"നോട്ട്."

"എത്രേന്റ്?"

"നൂറിന്റെ."

"അഭിയുടെ ഹൃദയം ഒന്നു പിടച്ചു."

"അതൊന്നു കാണിക്കാമോ? അവന്റെ ആകാംക്ഷ കുതിച്ചു ചാടി."

"എങ്ങനെ കാണിക്കാൻ? രാവിലെ നടന്ന കച്ചവടമല്ലേ. നോട്ട് ആർക്കെങ്കിലും കൈമറിഞ്ഞ് പോയിട്ടുണ്ടാവും. എന്താ ഇത്ര വിശ ദമായി അന്വേഷിക്കാൻ?"

"ഒരു സംശയം തീർക്കാനാണ്."

"ശരി. ഞാനൊന്ന് പരിശോധിക്കട്ടേ." കടക്കാരൻ ഡ്രോ നന്നായി പരിശോധിച്ചു. കുറച്ചു ചില്ലറ നോട്ടുകളേ അവിടെ ഉണ്ടാ യിരുന്നുള്ളൂ.

"ആർക്കൊക്കെയാണ് കൊടുത്തതെന്ന് ഓർമിക്കുന്നുണ്ടോ?"

"എങ്ങനെ ഓർമിക്കാൻ എത്ര രൂപയുടെ കച്ചവടം നടക്കുന്ന കടയാ. നോട്ട് വരികയും പോകുകയും ചെയ്യുന്നത് ഒരുപോലെ യാണ്."

"ഇനി എന്തു ചെയ്യും അഭി? അരുൺ നിരാശാ ധനിയോടെ ആരാഞ്ഞു."

"ആ നോട്ട് കണ്ടാൽ തിരിച്ചറിയാമോ?" അഭി ചോദിച്ചു.

"അതുകൊണ്ടല്ലേ ഞാനിവിടെ നോക്കിയത്. പുത്തൻ നോട്ടാ യിരുന്നു. അതിൽ ബാങ്ക് സ്ലിപ്പ് ഒട്ടിയിരുന്നു."

"ആ കുട്ടികളെ ഓർമിക്കുന്നോ?"

"കണ്ടാൽ പറയാം. അവർ ഈ വഴി വന്നു കണ്ടിട്ടില്ല. ഞാനാദ്യം കാണുകയാണ്."

അഭി ധർമ്മസങ്കടത്തിലായി. തൊണ്ടിമുതൽ കയ്യിൽ കിട്ടിയ താണ്. അത് കൈതെറ്റി പോയിരിക്കുന്നു. ഇനി അന്വേഷിക്കു ന്നതിലർഥമില്ല. പ്രതീക്ഷയും അവസാനിച്ചു കഴിഞ്ഞു. അപമാന ത്തിന്റെ മുൾക്കിരീടം ശിരസിൽ ചുമന്ന് നടന്നേ പറ്റൂ!..

10

___

അന്തഃസംഘർഷങ്ങൾ

അഭിക്ക് ആകാശം താഴേക്ക് ഇടിഞ്ഞു വരുന്നതായി തോന്നി!. അത് ഏതു നിമിഷവും ശിരസിൽ പതിക്കാം! അത് കടുത്ത അപമാനത്തിന്റെ ഹിമപാതമാണ്! ഇതോടെ താൻ പെരുങ്കളനായി ചിത്രീകരിക്കപ്പെടും!.. നാളെ മുതൽ സ്കൂളിലേക്കു ചെല്ലണ്ട. എവിടെപ്പോയൊളിക്കും? എവിടെപ്പോയൊളിച്ചാലും കള്ളനെന്ന പേർ മാഞ്ഞുപോകുമോ? ജന്മനായുള്ള മറുകു പോലെയാണ് കളനെന്ന പേർ! കള്ളനെന്നു മുദ്രകുത്തപ്പെട്ടാൽ ആ വ്യക്തിയുടെ മരണം വരെ അത് അപരനാമമായി നിലനിൽക്കും.... നാളെ മുതൽ തന്നെ ആളുകൾ വിളിക്കുന്നത് "കള്ളനഭി" എന്നായിരിക്കുമോ? യ്യോ... ചിന്തിക്കാനേ വയ്യാ! അഭി വിയർപ്പിൽ മുങ്ങി.

ഒരു കൊലപാതകിയാണെങ്കിലും ആ കുറ്റം ഇത്രയും അപമാനകരമല്ല. ഒരു വലിയ കുറ്റം അത്ര മാത്രം! എന്നാൽ കള്ളൻ എന്നത് സ്വഭാവദൂഷ്യമാണ്. കളവ് അപമാനകരമായ കുറ്റമാണ്. നിന്ദ്യമാണ്. ഇത് അയാൾക്ക് മാത്രമോ? കുടുംബാംഗങ്ങൾക്കെല്ലാം അപമാനകരമാണ്. ഇത്ര ചെറുപ്പത്തിലേ കള്ളനെന്ന പേർ സമ്പാദിക്കയോ? ഒരു കുട്ടിക്കു പോലും ഒരിക്കലും കള്ളനെന്ന പേർ വീഴരുത്. പിന്നെ അയാളെ ആരും വിശ്വസിക്കുകയില്ല. മറ്റുള്ളവർ അയാളെ കാണുമ്പോൾ കള്ളനെന്ന പേർ പുതുക്കിക്കൊണ്ടിരിക്കും.

കള്ളനഭി!... താൻ വഴിയിലൂടെ നടന്നു പോകുമ്പോൾ മറ്റുള്ളവർ പരിചയപ്പെടുത്തുന്നത് ഇങ്ങനെയായിരിക്കും. ദാ... നോക്ക് ... വരുന്നുണ്ട് പെരുങ്കള്ളൻ! വലിയ ഓഫീസറുടെ മകനാ. കാണാനെ

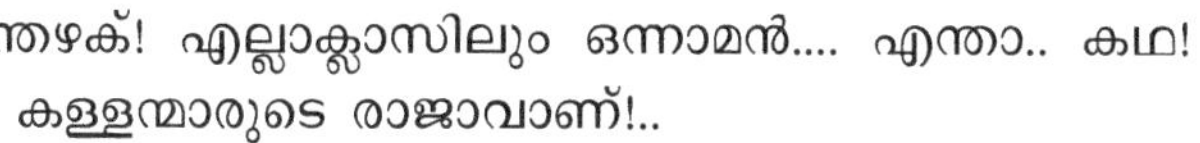

ന്തഴക്! എല്ലാക്ലാസിലും ഒന്നാമൻ.... എന്താ.. കഥ! കള്ളന്മാരുടെ രാജാവാണ്!..

അവൻ കടവാതുക്കൽ നിന്ന് നീറുകയാണ്. ഈ പ്രതിസന്ധി എങ്ങനെ തരണം ചെയ്യും?

കൈ മറിഞ്ഞു പോയ നോട്ട് എവിടെ ചെന്നന്വേഷിക്കും? സ്കൂളിൽ നിന്ന് ഇത്രയും ദൂരെ വന്ന് സാധനം വാങ്ങിയെങ്കിൽ അവ ന്മാർ തന്നെ! ഭയങ്കരന്മാർ! പഠിച്ച കള്ള ന്മാർ!

റെയ്നോൾഡ് പേനാ സ്കൂളിനു സമീപത്തെ കടയിലുണ്ടെന്ന് എല്ലാ വർക്കുമറിയാം. എന്തു കൊണ്ടവർ അവിടെ നിന്ന് പേനാ വാങ്ങിയില്ല? അവർ ആരായിരുന്നു?

അഭിയുടെ ഉടുപ്പും പാന്റും വിയർപ്പിൽ മുങ്ങി. തൊണ്ട വരണ്ടു. ഏതോ ഭീകര സ്വപ്നം കണ്ട പോലെ അവന്റെ മുഖം വിളറിവെളുത്തു. അഴ കൊത്ത രൂപവും വെളുത്തു തുടുത്ത മുഖവുമുള്ള ആരേയും വശീകരിക്കാൻ പോന്ന മന്ദഹാസവും വാക്ചാതുര്യവു

മുള്ള അഭി എത്ര വേഗം വിക്യതരൂപിയായി! അവന്റെ ഹൃദയത്തിനകത്ത് തായമ്പക തകർക്കുകയാണ്. തലയ്ക്കു മുക ളിൽ മിന്നൽ പിണരുകൾ. ഇടിമുഴക്കം. കുറേ കുട്ടികൾ ഹൃദയത്തി നകത്ത് കയറിയിരുന്ന് തപ്പുകൊട്ടി ആർത്തു വിളിക്കുന്നു!... അവ രുടെ മുന്നിലാരാണ്?... ഞേ.. നീയോ? മനുശങ്കർ!... നീ എന്നെ അപ മാനിക്കാൻ ശ്രമിക്കുന്നുവോ? നിന്നോടൊരിക്കലും ഞാൻ പിണ ങ്ങിയിട്ടില്ലല്ലോ... പിന്നെ എന്തിനു നീയെന്നെ അപമാനിക്കുന്നു?.. അതോ നീ എന്നെ പരാജയപ്പെടുത്താൻ ശ്രമിക്കുകയാണോ? തന്നെ അപമാനിക്കാൻ ലഭിച്ച ഒരവസരം നീ ഉപയോഗപ്പെടുത്തുക യാണോ?.. എങ്കിൽ തനിക്കിനി എങ്ങനെ അവന്റെ മുന്നിൽ തല യുയർത്തി നിൽക്കാനാവും? താൻ അപമാനിതനായി പോയാൽ സ്വർണ മെഡൽ മനുശങ്കറിനു തന്നെ! താൻ ഇനി സ്വർണ മെഡൽ വാങ്ങിയാൽ പോലും ആരും തന്നെ അംഗീകരിക്കുകയില്ല. ഒരു കള്ളന് നോബൽ സമ്മാനം ലഭിച്ചാൽ മോഷ്ടാവെന്ന പേർ

മായ്ക്കാനാവുമോ? യ്യോ.. ഹമ്മേ!... അവൻ നിന്ന നിൽപ്പിൽ തേങ്ങിപ്പോയി...

കടക്കാരൻ ഇതൊന്നുമറിഞ്ഞില്ല. അദ്ദേഹം കച്ചവടത്തിന്റെ തിര ക്കിലായിരുന്നു. അദ്ദേഹത്തിനോട് പിന്നീടെന്തെങ്കിലും ചോദിക്കാൻ അവനു തോന്നിയില്ല.

അവർ ഒരുവിധം റോഡിലെത്തി. അഭിയുടെ അന്തഃസംഘർഷ ങ്ങളും ഭീതിയും അരുൺ അറിഞ്ഞതേയില്ല.

അഭി ഒരു നിർജീവ സത്വമായി മാറിയിരുന്നു. അവന്റെ കൈ കാലുകൾ തണുത്തു മരവിച്ചു. വായ തുറക്കാനോ നാവുയർത്താ നോ അവനാവുന്നില്ല. വായ വരണ്ടു പോയിരിക്കുന്നു! പെട്ടെന്ന വന് തലചുറ്റുന്നതു പോലെ തോന്നി. അഭിയുടെ അവശനില കണ്ട് അരുൺ ഓടി വന്ന് അവനെ താങ്ങിക്കൊണ്ടുവന്ന് ഒരു കടത്തിണ്ണ യിലിരുത്തി. അരുൺ ഒരു സോഡ വാങ്ങിക്കൊണ്ടുവന്ന് അവനു കൊടുത്തു. അഭി ആർത്തിയോടെ സോഡ കുടിച്ചു.

ഈ അപമാന ഭാണ്ഡവുമായി എങ്ങനെ വീട്ടിലേക്ക് ചെല്ലും? അമ്മ ഈ വാർത്ത അറിഞ്ഞു കാണുമോ? അവന് ഇരുന്നിടത്തു നിന്ന് എഴുന്നേൽക്കാൻ കഴിഞ്ഞില്ല.

"എഴുന്നേൽക്കഭ് എന്തിനാ ഇത്രയും ബേജാറാകുന്നത്?" അഭിയുടെ അകം നീറ്റൽ അറിയാതെ അരുൺ ചോദിച്ചു. "അങ്ങനെ ബേജാറായാൽ അന്വേഷണം പൂർത്തിയാക്കാൻ പറ്റ്വോ?"

ബേജാറാകാതിരിക്കുന്നത് എങ്ങനെ? കൂടെ പഠിക്കുന്ന കുട്ടി യുടെ പണം മോഷ്ടിച്ച വിരുതൻ! ക്ലാസ്സ് ലീഡർ! ഈ കേസ് തെളി യിക്കാതെങ്ങനെ സ്കൂളിൽ ചെല്ലും.

അരുൺ വളരെ നിർബന്ധിച്ചിട്ടും അഭി അനങ്ങിയില്ല. അവൻ കല്ലുപോലിരുന്നതേയുള്ളൂ.

11

അമ്മയുടെ സങ്കടം

സന്ധ്യയാവുന്നു.

അരുൺ പൊയ്ക്കഴിഞ്ഞു.

അഭി വീട്ടിലേക്കു നടക്കുകയാണ്. അല്ല അവൻ ഇഴയുകയാ
ണ്. തലഉയർത്താനേ കഴിയുന്നില്ല. മോഷ്ടിക്കാതെ മോഷ്ടാവാ
കുക! എത്ര നല്ല സൗഭാഗ്യം! താൻ മോഷ്ടാവല്ലെന്ന് താനെങ്ങനെ
തെളിയിക്കും? മനസിന്റെ ഫോട്ടോ എടുക്കുന്ന യന്ത്രം കണ്ടെത്തി
യെങ്കിൽ! തന്റെ നിരപരാധിത്വം അങ്ങനെയല്ലേ തെളിയിക്കാനാ
വൂ.... സമനില തെറ്റിയതുപോലെ ഏതോ വിജനമായ വനാ
ന്തരത്തിലൂടെയാണ് നടക്കുന്നതെന്ന് അവനു തോന്നി.

വീടുകളിലൊക്കെ വിളക്ക് തെളിയാൻ തുടങ്ങി. അഭി ഒരുവിധം
ശക്തി സംഭരിച്ച് പാദം വലിച്ചു വലിച്ചു വെച്ച ഈ കാലുകൾക്കെ
ങ്ങനെ ഇത്രയും ഭാരം വർധിച്ചു?... പെട്ടെന്നവന്റെ മനസിലേക്കൊരു
മിന്നൽ പാഞ്ഞു. താനിങ്ങനെ ശവത്തെ പോലെ വീട്ടിലേക്കുചെ
ന്നാലോ? അമ്മ കാര്യം ചോദിക്കില്ലേ? എന്തു പറയും? താനെല്ലാം
തുറന്നുപറയും വരെ അമ്മ തലതല്ലിക്കരയും. തന്റെ മുഖം വാടു
ന്നതു പോലും അമ്മ സഹിക്കില്ല. അപ്പോൾ അമ്മയോടെല്ലാ സ
ത്യവും പറയുകയോ? അമ്മ വിശ്വസിക്കുമോ? എങ്ങനെ വിശ്വ
സിക്കും? താൻ ബോക്സ് തുറന്നതിനുശേഷമല്ലേ രൂപ കാണാതാ
യത്? അതിനു ശേഷം മറ്റാരും ബോക്സ് തുറന്നില്ലെന്ന് പറയു
ന്നു. അത് അധ്യാപകൻ വിശ്വസിക്കുകയും ചെയ്തിരിക്കുന്നു.

കുറേ നടന്നിട്ട് അവൻ വഴിയരികിൽ ഇരുന്നു. വല്ലാത്ത

ദാഹവും തളർച്ചയും. ബുദ്ധി ശരിയായി തെളിയാത്തതുപോലെ. മനസുറപ്പിച്ചുനിർത്തുവാൻ കഴിയുന്നില്ല. മനസിന്റെ ഭാരം നിയന്ത്രി ക്കാൻ അവൻ പാടുപെടുകയാണ്.

അല്പ്പം കൂടി ഇരുട്ടേറിയാൽ താൻ ചെന്ന് കയറുമ്പോഴുള്ള ഭാവം അമ്മ തിരിച്ചറിയുകയില്ലെന്നവനു തോന്നി. അവൻ നടത്ത ത്തിനു വേഗം കുറച്ചു. വഴിയരികിൽ കണ്ട ഒരു വാട്ടർ ടാപ്പിൽ നിന്ന് അവൻ മുഖം കഴുകി. അല്പ്പം വെള്ളം കുടിച്ചു. നടത്തം തുടർന്നു.

അഭി ഒരു വിധം വീട്ടിലെത്തി.

അമ്മ അവനെ കാത്ത് പടിക്കൽ തന്നെ നിൽക്കുകയാണ്. എന്നാൽ അമ്മ അവനെ കണ്ടതായേ ഭാവിച്ചില്ല. പോർട്ടിക്കോവിലെ വെളിച്ചത്തിൽ അമ്മയുടെ മുഖത്തേക്ക് നോക്കാനവൻ ഭയന്നു. അവൻ കയറിവന്നപ്പോൾ ഒരപരിചിതനെപ്പോലെ അമ്മ വഴിമാറു കയായിരുന്നു. അവൻ മുന്നോട്ട് നടന്നപ്പോൾ അമ്മ പിന്നാലെയെ ത്തി. അമ്മ അവനെ ചൂഴ്ന്ന് നോക്കി.

സ്കൂളിൽ നിന്ന് അഭി ഒരിക്കലും ഇത്രയും താമസിച്ച് വന്നി ട്ടില്ല. ഇത്രയും താമസിച്ച് വന്നിട്ടും അമ്മ എന്തേ ഒന്നും ചോദിക്കാ ത്തതെന്ന് ചിന്തിച്ചുകൊണ്ട് അഭി മുറിയിലേക്ക് കാലെടുത്തു വെച്ചപ്പോൾ അമ്മ വിളിച്ചു.: "അഭീ.!" അതൊര ലർച്ചയായിരുന്നു. അമ്മക്കിത്രയും ശബ്ദമോ? അമ്മയുടെ ഇത്രയും ഉയർന്ന ശബ്ദം അവൻ കേട്ടിട്ടില്ല. അമ്മയുടെ ഘോരശബ്ദം കേട്ടവൻ പകച്ചു. ഞെട്ടിവിറച്ചു. അവൻ വാതി ലിനകത്തൊരു ചുവടും പുറത്തൊരു ചുവടുമായി നിന്നു പോയി. "നീ എവിടെയായിരുന്നു ഇതുവരെ? "അമ്മ അവനെപ്പിടിച്ചുലച്ചു ചോദിച്ചു. അമ്മ കലി തുള്ളുകയാണ്. വികാരംകൊണ്ട് ഭയാനകമായ മുഖം. അമ്മയുടെ ഭാവമാറ്റം അഭിയെ ഭീതിപ്പെടുത്തി. അവൻ ശബ്ദിച്ചില്ല. അവന്റെ തൊണ്ട അടങ്ങുപോയിരുന്നു. നാവ് ഭീതിയിൽ ബന്ധിക്കപ്പെട്ടിരുന്നു. അവൻ അവശനായി രുന്നു.”

"എടാ.. കുരുത്തം കെട്ടവനെ! നീ പണം മോഷ്ടിച്ചില്ലേ?” അമ്മ അലമുറയിട്ട് അവനെ പിടിച്ചുലച്ചുകൊണ്ട് ചോദിച്ചു. ഒരു ഭ്രാന്തിയെപ്പോലെ അമ്മ വികാരാധീനയായി തുള്ളി ച്ചാടുകയായിരുന്നു. "എടാ... ദ്രോഹി..”

ഇതിനാണോ ഞങ്ങൾ നിന്നെ പൊന്നുപോലെ വളർത്തുന്നത്?
ഒരു കള്ളനായ പുത്രനെ ആരെങ്കിലും വളർത്തുമോ? പോ... ഇറ
ങ്ങിപ്പോ.. ഇനി ഇവിടെ നിനക്ക് സ്ഥാനമില്ല.. എനിക്കു നിന്നെ
കാണണ്ട.. പൊയ്ക്കോ കള്ളത്തെമ്മാടി!... നീ ഞങ്ങളുടെ മാനം
കെടുത്തിയില്ലേ? നീ എന്റെ മകനല്ല. നിന്നെ ഞാൻ പ്രസവിച്ചിട്ടില്ല.
പോ... പോ...” അമ്മ അവനെ പിടിച്ച് വലിച്ചുകൊണ്ടുവന്ന് പടിക്കു
പുറത്താക്കി. “പൊക്കോ... എവ്ടേങ്കിലും പോയി ചത്തോ!... കള
ളമ്മാരായ മക്കൾ ഇല്ല്യാതിരിക്ക്യാ ഭേദം!..” അമ്മ പിന്നെയും അല
മുറയിടുകയും പതം പറഞ്ഞ് മാറത്തടിച്ചു വിളിവെക്കുകയും
ചെയ്തു.

12

ഏഷണിയുടെ തീക്കാറ്റ്

അഭിയുടെ വീട്ടിൽ പതിവില്ലാത്ത ബഹളം കേട്ട് അയൽക്കാർ ഓടിക്കൂടി. ആൾക്കാർ മുറ്റത്ത് നിറഞ്ഞപ്പോഴാണ് അമ്മ ബോധവ തിയായത്... ഛേ... താനെന്തൊരു വിഡ്ഢിത്തമാണ് ചെയ്തത്? മകൻ കള്ളനാണെങ്കിലും ഒരമ്മ അതു നാട്ടാരു കേൾക്കേ വിളിച്ചു പറയുമോ? താനൊരമ്മയോ? അഥവാ അങ്ങനെ ചെയ്തിട്ടുണ്ടങ്കിൽ പറഞ്ഞുതിരുത്തുകയല്ലേ വേണ്ടത്? അവൻ കുട്ടിയല്ലേ? മോഷണ കുറ്റത്തിന്റെ ഭീകരത അവനറിയില്ലല്ലോ.... യ്യോ... താൻ ചെയ്ത തെന്ത്!....

"എന്തിനാ ചേച്ചി.. ബഹളം?" അയൽക്കാരി സ്ത്രീയുടെ ചോദ്യം.

അമ്മ അമളി മനസിലാക്കി പെട്ടെന്ന് അടവുമാറ്റി. "ഈ ചെക്കൻ അധികപ്രസംഗിയാ. നാട്ടാരൊക്കെ മിടുക്കനാണ് മിടുക്കനാണെന്ന് പുകഴ്ത്തി ചെക്കൻ വഷളായി. നൂറു രൂപയുടെ നോട്ട് കളഞ്ഞിട്ട് വന്നിരിക്കയാ. സാധനം വാങ്ങാൻ വെച്ചിരുന്ന രൂപയാ. ഇവനെടു ത്തുകൊണ്ടുപോയപ്പോഴെ ഞാൻ പറഞ്ഞതല്ലേ... കൊണ്ടുപോക രുതെന്ന്. നശിപ്പിക്കാനൊണ്ടായ പുത്രൻ!..."

"നൂറുരൂപയല്ലേ... അതിനാണോ ഇത്രേം ബഹളം... നൂറുരൂപ യാണോ ഈ കുഞ്ഞാണോ വലുത് കഷ്ടം!..." ആ സ്ത്രീ മന്ത്രിച്ചു.

"പൊക്കോട്ടേ ഗുണം പിടിക്കാത്തവൻ. ഇവനെ ഞാൻ വീട്ടിൽ കയറ്റത്തില്ല. പൊക്കോ...പൊക്കോ... എവ്ടേങ്കിലും പൊക്കോ... ഈ പടി കടന്നാൽ ഞാൻ ശരിയാക്കും.." അമ്മ അലറുകയാണ്.

താൻ രൂപാ മോഷ്ടിച്ചെന്ന് അമ്മ എങ്ങനെ അറിഞ്ഞു? ഈ വിവരം ആരും പുറത്തുപറയരുതെന്ന് അധ്യാപകൻ പ്രത്യേകം പറഞ്ഞിരുന്നതല്ലേ? പിന്നെ അമ്മയോടാരാണീ ഏഷണി പറഞ്ഞത്? അമ്മയെ എങ്ങനെ സത്യം ബോധിപ്പിക്കും? വാർത്ത കേട്ടപ്പോഴേ അമ്മ തകർന്നിരുന്നു. ഇനി ഞാൻ പറയുന്നത് അമ്മ വിശ്വ സിക്കുമോ? അമ്മ ഇങ്ങനെയാണെങ്കിൽ അച്ഛൻ വന്നാലെ ന്തായിരിക്കും ബഹളം?

അഭിയുടെ മനസ്സ് കലങ്ങിമറിയുകയാണ്. തലയ്ക്കുള്ളിൽ കൊടുങ്കാറ്റടിക്കുന്നു. മനസിനെ സമനിലയിലെത്തിച്ച് ഒരു തീരുമാനം എടുക്കാൻ അവനു കഴിയുന്നില്ല.

ആരോ അവനെ പിടിച്ചുകൊണ്ടുവന്ന് മുറിയിലിരുത്തി. പോർട്ടി ക്കോവില്ലാതെ അമ്മ മറ്റെങ്ങും വിളക്ക് തെളിച്ചിട്ടില്ല. കറുത്ത മൂകതയും ശ്വാസംമുട്ടിക്കുന്ന ഭീതിയുമാണവിടെ നിറഞ്ഞു നിന്നത്...

വിളക്കു തെളിക്കാതെ തന്നെ അവൻ കിടക്കയിലേക്കു വീണ് പോയി. അമ്മ അവനെപിടിച്ചുലച്ചപ്പോൾ ചിതറിവീണ പുസ്ത കവും സഞ്ചിയും മുറിയിൽ നിന്നെടുത്തുവെക്കാൻ അവനു തോന്നി യില്ല. അവന് ആരോടൊക്കെയോ കോപം തോന്നി. ഇപ്രകാരം ഒരനുഭവം അവന് ആദ്യമാണ്. ആരാണീ വാർത്തയ്ക്ക് തീ കൊടു ത്ത്? തന്നെ മന:പൂർവം അപമാനിക്കാൻ ശ്രമിക്കുകയാണ്. താൻ പണം മോഷ്ടിച്ചിട്ടില്ലെന്നെല്ലാവർക്കുമറിയാം. എന്നിട്ടും അതു മറച്ചു വെച്ച് വീട്ടിൽ വന്ന് ഏഷണി പറഞ്ഞ് അമ്മയെ അറിയിച്ചത് ആരാണ്? ചിന്തിക്കും തോറും മനസു കുഴയുന്നു. ഇനി ഈ ഏഷ ണിക്കാരനെ കൂടി താൻ അന്വേഷിച്ച് കണ്ടെത്തേണ്ടിയിരിക്കുന്നു..

പരാജയ ഭീതിയും അമ്മയുടെ ശകാരവും ചാട്ടവാറുകൊണ്ട ന്നപോലെ അവനെ അടിച്ചവശനാക്കി. അവൻ കിടക്കയിൽ കിടന്ന് ആലോചിച്ച് മയങ്ങിപ്പോയി.

13

അമ്മയുടെ സാന്ത്വനം

ഊണ് സമയം കഴിഞ്ഞിട്ടും മകൻ ഉണ്ണാൻ വരാഞ്ഞത് അമ്മയെ വിഷമിപ്പിച്ചു. അവർ ഊണെടുത്ത് വെച്ചിട്ട് മുറിവാതു ക്കൽ വന്ന് പതുങ്ങി നിന്ന് നോക്കി. അവൻ നല്ല ഉറക്കത്തിലാണെ ന്നമ്മ മനസിലാക്കി. അവർ പതുക്കെ നടന്നുവന്ന് അഭി.. മോനേ.. എന്ന് വിളിച്ചു. അവൻ ഞെട്ടി ഉണർന്ന് കൺമിഴിച്ച് അമ്മയെ നോക്കി. അമ്മയുടെ മുഖം കണ്ടവൻ ഭയന്ന് വിറച്ചു. അവന്റെ മിഴി കൾ കടുത്ത ഭയം മൂലം അപസ്മാരരോഗിയുടേതുപോലെ തുറിച്ച് നോക്കി ചലിക്കാതെ നിന്നു.. അതേ നിമിഷം തന്നെ അവൻ ചാടി എണീറ്റ് അമ്മയെ ചുറ്റിപ്പിടിച്ച് ഉറക്കെ കരഞ്ഞു. അവന്റെ ചുറ്റിപ്പി ടുത്തം അമ്മയെ ശ്വാസംമുട്ടിച്ചു. അമ്മ വിരണ്ട് ഭീതിപ്പെട്ടുപോയി.. യ്യോ.. തന്റെ പൊന്നുണ്ണിക്ക് എന്തു പറ്റി.. ന്റെ മോനേ!.. അവർ മകനെ തഴുകി തേങ്ങി കരഞ്ഞു.. താൻ കേട്ടറിഞ്ഞത് ശരിയല്ലേ ന്നോ. അവർ സ്വയം ചോദിച്ചു വിതുമ്പി.. അന്യന്റെ വാക്ക് കേട്ട് സത്യം തിരിച്ചറിയാതെ ന്റെ തങ്കക്കുടത്തിനെ ശകാരിച്ചില്ലെ. തല്ലി ഓടിച്ചില്ലേ. ന്റെ മോൻ മോഷ്ടാവാകുമോ.. അങ്ങനെയാണോ താൻ പഠിപ്പിച്ചത്.. ല്ല..ല്ല.. ന്റെ മോൻ കള്ളനല്ല. ഒരിക്കലും അവൻ കള്ള നാവില്ല.. അവർ അവനെ മാറിൽ ചേർത്തു പിടിച്ച് മുത്തം വെച്ച് അവന്റെ മുഖം കണ്ണീർകൊണ്ട് അവർ അഭിഷേകം ചെയ്തു..

എങ്കിലും അമ്മയുടെ മനസ്സ് താൻ കേട്ട വാർത്തയോടു പൊരു ത്തപ്പെടാൻ കഴിയുന്നില്ല. അവർ അവനെ പിടിച്ചകററി മുഖത്തു നോക്കി ചോദിച്ചു.. "മോനേ.. അഭി സത്യം പറ.. ദേ.. മോൻ ഇങ്ങോട്ട് നോക്കൂ.. മോന്റെ അമ്മയല്ലേ. മോൻ ആരുടേയെങ്കിലും പണം

മോഷ്ടിച്ചോ..” തു
റിച്ച മിഴികളോടെ
അമ്മയെ ചുറ്റിപ്പി
ടിച്ചു നിന്നതല്ലാതെ
ഒരുവാക്കും അവൻ
പറഞ്ഞില്ല. അവന്റെ
ഇറുക്കിപ്പിടുത്തം
വലിച്ചകറ്റാൻ അമ്മ
പാടുപെട്ടു. മകന്റെ
ദീനാവസ്ഥ കണ്ട് അമ്മ
യുടെ ഉള്ളാകെ വിറച്ചു.
യ്യോ.. ന്റെ മോൻ മിണ്ടുന്നില്ല
ല്ലോ അവൻ വിളറി വെളുത്ത്
വികൃത രൂപിയായി കാണപ്പെ
ട്ടു. അമ്മ അവനെ പിടിച്ച്
കിടക്കയിൽ കിടത്തി അവന്റെ
നോട്ടവും ഭാവവും ഭയാനകമാ
യിരുന്നു. അവർ ഭീതിയോടെ നെഞ്ചത്തടിച്ചു. അവർ ഓടിപ്പോയി
വെള്ളംകൊണ്ടുവന്ന് അവന്റെ മുഖത്ത് തളിച്ചു. അഭി ഞെട്ടി ഉണർന്നു.

“അമ്മേ..” അവൻ അതിദീനമായി നീട്ടി വിളിച്ചു. ആ വിളി
അമ്മയുടെ ഹൃദയം തകർക്കുന്നതായിരുന്നു. അവൻ ഭയന്നു വിറച്ച്
അമ്മയെ വീണ്ടും കെട്ടിപ്പിടിച്ചു. മോന്റെ പിടുത്തത്തിന്റെ ശക്തി
മൂലം അമ്മ കിടക്കനിലേക്ക് ചാഞ്ഞുപോയി. അവൾ മകനെ പിടിച്ച്
അവനൊപ്പം കിടക്കയിലിരുന്നു. അവന്റെ സംഭ്രമ ഭാവം കണ്ട് അമ്മ
കരഞ്ഞു. അമ്മ അവനെ തഴുകി സാന്ത്വനിപ്പിച്ചു. കുറേ സമയം
അങ്ങനിരുന്നുകഴിഞ്ഞപ്പോൾ അവൻ ശാന്തനായി.

“മോനേ.. അമ്മ കേട്ടത് നേരാണോ. മോൻ പണം മോഷ്ടി
ച്ചോ..” അഭി കള്ളനാണെന്ന് പറഞ്ഞ് ആരോ തന്റെ ഹൃദയത്തിലി
രുന്ന് മാന്തിക്കീറുന്നതായി അമ്മയ്ക്ക് തോന്നി. തന്റെ മോൻ കള്ള
നാണെന്ന ചിന്ത പോലും അമ്മയ്ക്ക് സഹിക്കാനാവുന്നില്ല. ദൃഷ്ടി
മാറ്റാതെ അമ്മ അവന്റെ മുഖത്തേക്ക് തന്നെ നോക്കിയിരുന്നു.
അവന്റെ ഭാവം നിർവികാരവും നിഷ്കളങ്കവുമായിരുന്നു. അമ്മയുടെ
ചോദ്യത്തിനവൻ മറുപടി പറഞ്ഞില്ല. തുറന്ന ജനലിലൂടെ ഇരുട്ടി
ലേക്ക് മിഴിനട്ടിരുന്നതേയുള്ളു അവൻ. “മോനേ.. അഭി.. നീ കേട്ടില്ലേ.”

“ഞാൻ ആരുടേയും പണം മോഷ്ടിച്ചിട്ടില്ലമ്മേ.”

“പിന്നെ കുട്ടികൾ വന്ന് പടിക്കൽ നിന്ന് വിളിച്ച് കൂവിയതോ..
നീ പണം മോഷ്ടിച്ചു. അത് അധ്യാപകൻ കണ്ടുപിടിച്ചപ്പോൾ നീ

സ്കൂൾ വിട്ടോടി എന്നാണ് കുട്ടികൾ വിളിച്ചു പറഞ്ഞത്. ഞാൻ മോനെ കാണാതെ ഭീതിപ്പെട്ടിരിക്കുകയായിരുന്നു."

അതു കേട്ട് അഭി സ്തബ്ധനായിപ്പോയി. "ഞാൻ പണം മോഷ്ടിച്ചെന്ന് കുട്ടികൾ പറഞ്ഞോ?" കള്ളന്മാർ കെട്ടിച്ചമച്ച കഥ അമ്മ വിശ്വസിച്ചിരിക്കുന്നു!. തുടർന്ന് അവൻ നടന്ന കഥകളൊക്കെ അമ്മയോട് പറഞ്ഞു. അമ്മ അതെല്ലാം സശ്രദ്ധം കേട്ടിരുന്നു.

"ന്റെ മോനേ ഞാൻ എത്ര വേദനിപ്പിച്ചു. ഞാൻ പാപിയാ ണല്ലൊ.. ദൈവമെ.." അമ്മ അങ്ങനെ പറഞ്ഞ് അവനെ സാന്ത്വനി പ്പിച്ചെങ്കിലും അവരുടെ മനസ്സ് അവനെ വിശ്വസിച്ചില്ല.

ഇവൻ രൂപ എടുത്തിട്ടില്ലെന്ന് എങ്ങനെ വിശ്വസിക്കും.?

ഇവൻ പറയുന്ന കഥകളെല്ലാം നേരോ. ഇപ്പോഴത്തെ കുട്ടിക ളെല്ലാം തന്ത്രശാലികളാണ്.. ഇവൻ രൂപ തട്ടിയെടുത്ത് കൂട്ടുകാരു മായി ചേർന്ന് ധൂർത്തടിച്ചില്ലെന്ന് ആർക്കറിയാം. സത്യമറിയാതെ ഒന്നും വിശ്വസിക്കരുത്. എല്ലാം വിശ്വസിച്ചതായി ഇവനെ ധരിപ്പി ക്കുക. രഹസ്യമായി നിരീക്ഷണം തുടരുക. അതാണ്. ശരിയായ മാർഗം.. അമ്മ പിന്നീടവനെ ചോദ്യം ചോദിച്ച് ശല്യം ചെയ്തില്ല.

"അമ്മേ.. ഞാൻ പണം മോഷ്ടിച്ചിട്ടില്ല. അമ്മക്കെന്നെ വിശ്വാ സമില്ലേ.. പണം മോഷണം പോയത് നേരാണ് അത് തെളിയിക്കാൻ പരമാവധി ശ്രമിച്ചു. കഴിഞ്ഞില്ല. എങ്കിലും ഞാൻ പിന്മാറില്ല. ഞാനത് തെളിയിച്ച് അമ്മയെ ബോധ്യപ്പെടുത്താം. അതുവരെ അമ്മ എന്നെ വിശ്വസിക്കേണ്ട" അങ്ങനെ ആത്മവിശ്വാസത്തോടെ അവൻ പറ ഞ്ഞിട്ട് അമ്മയുടെ മാറത്ത് മുഖം പൂഴ്ത്തി. ആത്മനിർവൃതിയോടെ അവൻ ഇരുന്നു.

14

മറന്നുപോയ കാര്യം

നേരം പുലർന്നു.

ബെല്ലിന്റെ ശബ്ദം കേട്ടാണ് അഭി ഉണർന്നത്. ഇന്നലെ വളരെ വൈകിയാണ് അവൻ ഉറങ്ങിയത്. അതുകൊണ്ട് നേരം പുലർന്നത് അവൻ അറിഞ്ഞില്ല. അമ്മ അവനെ വിളിച്ചതുമില്ല.

അമ്മ വേഗം പുറത്തേക്കു വന്നു. മുഖം തുടച്ച് അഭിയും പിന്നാലെ എത്തി.

ങ്ങേ.. മുന്നിലാര് ചന്ദ്രൻമാമ! അഭിക്ക് അത്ഭുതമായി ഇന്നലെ വൈകിട്ട് കടയിൽ ചെന്നപ്പോൾ വിശദമായി കാര്യങ്ങൾ പറഞ്ഞു മനസിലാക്കിയതാണ്. പിന്നേന്തേ ഇത്രയും പുലർച്ചെ വരാൻ? എന്തെങ്കിലും വിശേഷമുണ്ടോ?

അദ്ദേഹം ഉമ്മറത്തെത്തി സെറ്റിയിലിരുന്നു കഴിഞ്ഞു. ഇന്നലെ അഭിയും കൂട്ടുകാരനും കൂടി കടയിൽ എത്തിയ കാര്യം അദ്ദേഹം അമ്മയെ അറിയിച്ചു. അമ്മ വാതിൽ കർട്ടൻ ദേഹം മറച്ച് മുഖം കാട്ടി നിൽക്കുകയാണ്.

"ഞാൻ മോനെ ഒത്തിരി ശകാരിച്ചു. വളരെ വൈകിയാണ് അവൻ എത്തിയത്." കഴിഞ്ഞ സംഭവങ്ങളൊക്കെ അവൻ വിശദീക രിച്ചു.

"മോനെ ശകാരിച്ചത് എന്തിന്? ഏതിനും ഒരന്ത്യമുണ്ടല്ലോ. അല്ലെങ്കിലും നമുക്കല്ലേ അറിയൂ മോനെ. ഇവൻ മോഷ്ടിക്കുമെന്ന് ഞാൻ ഒരിക്കലും വിശ്വസിക്കുന്നില്ല" എന്നദ്ദേഹം അമ്മയെ നോക്കി പറഞ്ഞിട്ട് അഭിയിലേക്ക് മുഖം തിരിച്ച് പറഞ്ഞു.

"ഞാനിപ്പോൾ വന്നത് മോനെ ഒരു വിവരം അറിയിക്കാനാണ്. നീ ഇന്നലെ കടയിൽ വന്നുപോയതിനു ശേഷമാണ് ഞാനോർമിച്ചത്: ഇന്നലെ ഉച്ചവരെയുള്ള കളക്ഷൻ ഞാൻ ബാങ്കിൽ അടച്ചിരുന്നു. മോൻ രാവിലെ ബാങ്കിൽ പോയി മാനേജരെ കാണണം ഞാൻ ഫോൺ ചെയ്തു പറയാം. മോനൊട്ടും ഭയപ്പെടേണ്ട എല്ലാം ശുഭമാകും... നിന്റെ ഈ അന്വേഷണശീലത്തെ എങ്ങനെ അഭിനന്ദിക്കണമെന്നെനിക്കറിയില്ല. സാധാരണ കുട്ടികൾക്കില്ലാത്ത ഒരു സൽഗുണമാണിത്. വസ്തുത ബോധ്യം വരാതെ നമ്മൾ കുട്ടികളെ വിരട്ടി ഭയപ്പെടുത്തരുത്. കുട്ടികൾ പറയുന്നതു സാവധാനം കേട്ട് സൗമ്യമായി പ്രതികരിക്കാൻ രക്ഷിതാക്കൾ പഠിക്കണം... ഞാനിറങ്ങട്ടെ... മോനെ അയച്ചേക്കണേ..." അദ്ദേഹം എഴുന്നേറ്റ് കൈവീശി നടന്നു പോയി.

ലക്ഷ്യമില്ലാതെ നിന്നിരുന്ന അന്വേഷണ സമാപ്തി ഓർത്ത് അഭി തിളച്ചുരുകുകയായിരുന്നു. ചന്ദ്രൻ മാമൻ കൊണ്ടുവന്ന ശുഭവാർത്ത കേട്ട് അഭി തണുത്തു. അവന് ഉന്മേഷവും ആത്മവിശ്വാസവും ജ്വലിച്ചുകയറാൻ തുടങ്ങി!

അഭിയെ പിന്നീടമ്മ ശകാരിച്ചില്ല. എങ്കിലും അമ്മയുടെ മുഖം മ്ലാനവും മഴമേഘം പോലെ ഇരുണ്ടതുമാണെന്ന് അഭി മനസിലാക്കി. താൻ കുറ്റവാളിയല്ല എന്ന സത്യം അവനെ ആത്മവിശ്വാസിയാക്കിയെങ്കിലും അമ്മയുടെ മൗനം അവനെ വിഷമിപ്പിച്ചു.

അമ്മയ്ക്കിന്ന് ദിനചര്യപോലും ശരിയായില്ല. മുറ്റം തൂത്തില്ല. പുരയ്ക്കകം തുടച്ചില്ല. എന്തൊക്കെയോ ചെയ്തൊപ്പിച്ചു എന്നു മാത്രം! എത്രയും വേഗം ഭർത്താവ് എത്തിച്ചേരാൻ അവർ ആകാംക്ഷപ്പെട്ടു. ആ കോമാളികളായ സ്കൂൾ കുട്ടികൾ ഈ അപമാന വാർത്ത പറഞ്ഞുപരത്തുകയില്ലേ? ഇവൻ എന്ത് വിഡ്ഢിത്തമാണ് ചെയ്തത്? പഠിക്കാനുള്ള എല്ലാ സാധനങ്ങളും വാങ്ങിക്കൊടുത്തിട്ടില്ലേ? മറ്റ് കുട്ടികളുടെ സാധനം എടുക്കേണ്ട ആവശ്യം ഉണ്ടായിരുന്നോ? ധിക്കാരമാണ് ചെയ്തത്. അതല്ലേ ഇപ്പോൾ കള്ളനാകേണ്ടിവന്നത്...

അദ്ദേഹം വന്നാലെന്തായിരിക്കും സ്ഥിതി. മോനെ ഉപദ്രവിക്കുമോ? കള്ളനായ മകൻ മാതാപിതാക്കൾക്ക് അഭിമാനമാകുമോ? ഇത്രയും ചെറുതിലെ എത്ര വലിയ അപമാനമാണിവൻ തലയിൽ കയറ്റി വെച്ചത്... ഈ മക്കൾക്ക് മാതാപിതാക്കളുടെ അഭിമാനത്തെ പറ്റി ഓർമയില്ലേ? എന്റെ മോൻ ചതിക്കുഴിയിലല്ലേ വീണത്.. കണ്ണീർ വീണ് അമ്മയുടെ ബ്ലൗസ് ആകെ നനഞ്ഞു. അവർക്ക് ഒന്നും

ചെയ്യാനാവുന്നില്ല. മകൻ കള്ളനല്ലെന്ന് അറിയാതെ അമ്മയ്ക്ക് ശ്വാസം നേരെ വീഴില്ല.

കൗമാരം തളിരില പോലെ അതി മൃദുലമാണ്. ഏറ്റവും നിസ്സാ രമായ ഒരു പുഴുക്കുഞ്ഞുപോലും ആ തളിരിലയെ വികൃതമാക്കാം. ആ പോറൽ ഇല ആയുസ്സ് പൂർത്തിയാക്കി കൊഴിഞ്ഞ് വീഴും വരെ മാഞ്ഞു പോവുകയില്ല!.

"അമ്മേ.. എണ്ണ തരൂ.." അഭി തിടുക്കത്തോടും ഉല്ലാസ ത്തോടും കൂടി ഓടിവന്നു. അവന്റെ ചോദ്യം കേട്ടിട്ടും അമ്മ അന ങ്ങിയില്ല. അഭി മുന്നിലെത്തിയ നിമിഷം അമ്മ പൊട്ടിക്കരഞ്ഞു.

"അമ്മേ" അവൻ അമ്മയ്ക്കൊപ്പം നിലത്ത് മുട്ടുകുത്തിയിരുന്നു അമ്മയെ കെട്ടിപ്പിടിച്ചു മുഖം പിടിച്ചുയർത്തി പറഞ്ഞു. "അമ്മേ.. കേൾക്ക്.. ഒരു കള്ളനായ മകനെ ആരും ഇഷ്ടപ്പെടില്ലെന്ന് ഞാൻ വായിച്ചിട്ടുണ്ട്. അമ്മ എനിക്കൊരു ദിവസം കൂടി തരണം. ഞാൻ ഈ കളവു തെളിയിക്കും.. അമ്മ കേൾക്കുന്നില്ലേ.. ഇന്ന് സന്ധ്യക്ക് മുമ്പ് ഞാനിത് തെളിയിക്കും."

മകന്റെ ദൃഢപ്രതിജ്ഞയിൽ അമ്മ ആശ്വസിച്ചെങ്കിലും അവന്റെ നന്മയെ പ്രതിയുള്ള ആകാംക്ഷമൂലം അവർ സംശയാലുവായി ത്തന്നെ ഇരുന്നു. അവന്റെ നന്മയ്ക്കു വേണ്ടി പ്രാർഥിക്കുകയും അവന്റെ മൂർദ്ധാവിൽ ചുംബിച്ച് അവനെ അനുഗ്രഹിക്കുകയും ചെയ്തു.

15

പ്രതിസന്ധി

വെള്ളിയാഴ്ച!

അഭി സ്കൂളിൽ പോയില്ല.

അഭിയും അരുണും രാവിലെ ബാങ്കിലെത്തി. ചന്ദ്രൻ മാമൻ അവരെ പരിചയപ്പെടുത്തി. ബാങ്ക് മാനേജർ വളരെ സ്നേഹത്തോടു കൂടെ അവരെ സ്വീകരിച്ചു. അഭി വിവരങ്ങൾ പറഞ്ഞു. ബാങ്കിൽ തിരക്കാരംഭിച്ചിരുന്നു. മാനേജർ കാര്യങ്ങൾ കേട്ട് മനസിലാക്കി.

കാഷ്യർ അകത്തുപോയി പരിശോധിച്ച് കുറെ നൂറിന്റെ നോട്ട് കെട്ടുകൾ കൊണ്ടുവന്ന് മേശപ്പുറത്ത് വെച്ചു. മാനേജർ അത് മുഴു വൻ പരിശോധിച്ചു. അഭി സൂചിപ്പിക്കുന്ന അടയാളമുള്ള നോട്ട് അതി ലില്ലായിരുന്നു.

അദ്ദേഹം വീണ്ടും കാഷ്യറെ വിളിച്ചു.

"ഈ നോട്ടിന്റെ കൂടെ കുട്ടി പറയുന്ന നോട്ട് കാണുന്നില്ല. അത് ഇന്നലെ വിതരണം ചെയ്തിട്ടുണ്ടാകും ആർക്ക് കൊടുത്തു എന്നോർമിക്കുന്നോ?"

"ഓർമിക്കുന്നില്ല സാർ. ഈ തിരക്കിനിടയിൽ ഒട്ടും പറ്റില്ല. രണ്ടുമണി കഴിഞ്ഞ് കുട്ടികൾ വരട്ടെ അപ്പോൾ ഞാൻ ഓർമിച്ചു വെക്കാം" കാഷ്യർ കൗണ്ടറിലേക്ക് പോയി.

വീണ്ടും പ്രതിസന്ധി. അവർ ഇച്ഛാഭംഗത്തോടെയാണ് ബാങ്കിൽ നിന്നിറങ്ങിയത്. മനസ്സ് നിറഞ്ഞ പ്രതീക്ഷയിലായിരുന്നു. എങ്ങനെ കഷ്ടപ്പെട്ടാലും ബാങ്കിൽ നിന്ന് നോട്ട് കണ്ടെത്താമെന്ന്

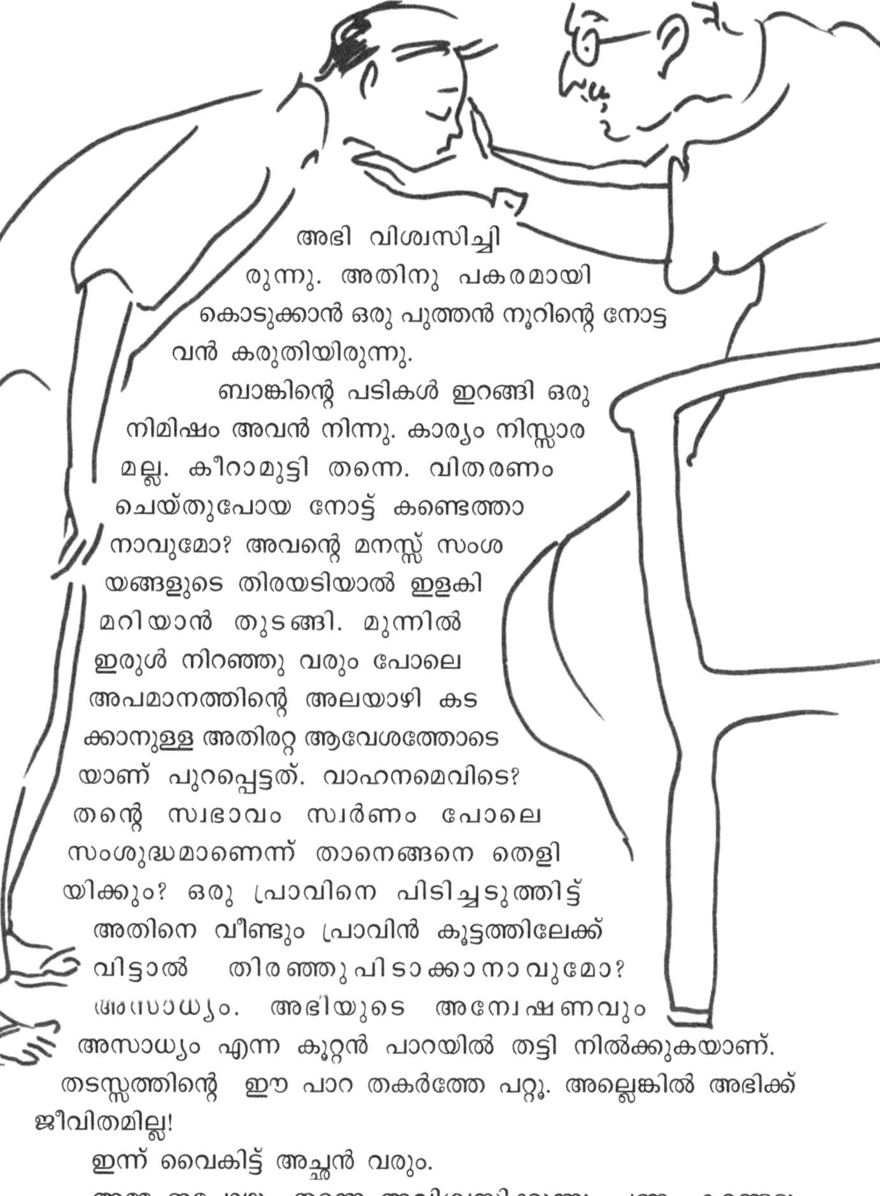

അഭി വിശ്വസിച്ചി
രുന്നു. അതിനു പകരമായി
കൊടുക്കാൻ ഒരു പുത്തൻ നൂറിന്റെ നോട്ട
വൻ കരുതിയിരുന്നു.

ബാങ്കിന്റെ പടികൾ ഇറങ്ങി ഒരു
നിമിഷം അവൻ നിന്നു. കാര്യം നിസ്സാര
മല്ല. കീറാമുട്ടി തന്നെ. വിതരണം
ചെയ്തുപോയ നോട്ട് കണ്ടെത്താ
നാവുമോ? അവന്റെ മനസ്സ് സംശ
യങ്ങളുടെ തിരയടിയാൽ ഇളകി
മറിയാൻ തുടങ്ങി. മുന്നിൽ
ഇരുൾ നിറഞ്ഞു വരും പോലെ
അപമാനത്തിന്റെ അലയാഴി കട
ക്കാനുള്ള അതിരറ്റ ആവേശത്തോടെ
യാണ് പുറപ്പെട്ടത്. വാഹനമെവിടെ?
തന്റെ സ്വഭാവം സ്വർണം പോലെ
സംശുദ്ധമാണെന്ന് താനെങ്ങനെ തെളി
യിക്കും? ഒരു പ്രാവിനെ പിടിച്ചടുത്തിട്ട്
അതിനെ വീണ്ടും പ്രാവിൻ കൂട്ടത്തിലേക്ക്
വിട്ടാൽ   തിരഞ്ഞുപിടാക്കാനാവുമോ?
അസാധ്യം. അഭിയുടെ അന്വേഷണവും
അസാധ്യം എന്ന കൂറ്റൻ പാറയിൽ തട്ടി നിൽക്കുകയാണ്.
തടസ്സത്തിന്റെ ഈ പാറ തകർത്തേ പറ്റൂ. അല്ലെങ്കിൽ അഭിക്ക്
ജീവിതമില്ല!

ഇന്ന് വൈകിട്ട് അച്ഛൻ വരും.

അമ്മ ഇപ്പോഴും തന്നെ അവിശ്വസിക്കുന്നു. പണം കണ്ടെടു
ക്കുകയും താൻ പറഞ്ഞതും ചെയ്തതും സത്യമായിരുന്നു എന്ന്
ബോധ്യപ്പെടുത്തുകയും ചെയ്താലെ അമ്മയ്ക്ക് വിശ്വാസം വരൂ.
കള്ളനെ പിടിച്ചു കെട്ടി അമ്മയുടെ മുന്നിൽ ഹാജരാക്കണം.

അവർ അങ്ങാടിക്കവെലയിലെ റോഡരികിൽ മാറി നിന്ന് ആലോ
ചിച്ചു. എങ്ങോട്ട് നീങ്ങണം? വ്യക്തമായ ഒരു രൂപരേഖയില്ല.
പെട്ടെന്ന് അവന് ഒരാശയം തോന്നി.

"അരുൺ നമുക്ക് ഒരു കാര്യം ചെയ്യണം. ഇന്നലെ കടയിൽ

വന്ന കുട്ടിയെ കണ്ടാൽ കടക്കാരന് അറിയാമെന്നല്ലേ പറഞ്ഞത്. എനിക്ക് തോന്നുന്നത് ഈ കാര്യം ഇത്രയും വഷളാക്കിയത് ആ മനുശങ്കരായിരിക്കുമെന്നാണ്. അവൻ പറഞ്ഞുവിട്ട കുട്ടികളാരെങ്കിലുമാവണം അമ്മയോടേഷണി പറഞ്ഞിട്ടുള്ളത്."

"അതിനു നമുക്കെന്തുചെയ്യാനാവും?"

"അരുൺ ഉടനെ സ്കൂളിലേക്ക് പോകണം. ഒരു പീരീഡ് കഴിഞ്ഞു ക്ലാസിൽ കയറണം. എന്നിട്ട് മറ്റുള്ള കൂട്ടുകാരുമായി ഒത്തു ചേർന്ന് അവരെ ഈ കടയിലേക്ക് കൂട്ടിക്കൊണ്ടുവരണം. മോഷണം നടത്തിയതിന് അമ്മ എന്നെ അടിച്ചു എന്നും മുറിയിൽ പൂട്ടിയിട്ടിരിക്കുകയാണെന്നും പറയണം. എല്ലാവർക്കും ആവശ്യമുള്ള തൊക്കെ വാങ്ങികൊടുക്കണം. ബാക്കി ഒക്കെ നിന്റെ കഴിവ്.." അഭി രൂപ അരുണിന്റെ കൈയിൽ കൊടുത്തു.

"അഭി.. ബെസ്റ്റ് ഐഡിയ.." "നിന്റെ ബുദ്ധി പ്രവർത്തിക്കാൻ തുടങ്ങി.." അരുൺ രൂപാ വാങ്ങി മുന്നോട്ട് നടക്കാൻ തുടങ്ങി.

"നില്ല്..നില്ല്.. നീ ചെയ്യുന്നതൊക്കെ സ്വാഭാവികമായിരിക്കണം. നിന്നെ അവർക്ക് സംശയം തോന്നരുത്.. എന്നെ ഇനി സ്കൂളി ലേക്ക് അയക്കില്ല എന്ന് അമ്മ പറഞ്ഞതായി പറയണം. അപ്പോൾ മനുശങ്കർ സന്തോഷിക്കും. സ്വർണമെഡൽ അവനുതന്നെ ലഭിക്കു മെന്ന് അവൻ വിശ്വസിക്കുകയും ചെയ്യും."

"ശരി.. നീ പറഞ്ഞതുപോലെ." അരുൺ സ്കൂളിലേക്കോടി.

ഇനി എങ്ങോട്ട് പോകണം? അഭി ആലോചിച്ചു നിന്നു. വീട്ടി ലേക്ക് ചെല്ലാനാവില്ല. തന്നെ കണ്ടാലുടൻ അമ്മ തലതല്ലി കര യാൻ തുടങ്ങും. ഒറ്റ ദിവസംകൊണ്ട് എന്തെല്ലാം നാശമാണുണ്ടാ യത്. സത്യം തെളിയിക്കും മുമ്പ് തന്നെ കള്ളനെന്ന് മുദ്രയടിച്ച് അ പമാനിക്കാമോ? തന്റെ കൂടെ പഠിക്കുന്നവരാണങ്ങനെ ചെയ്തത്. എത്ര ക്രൂരമായ അപമാനിക്കലാണിത്? താൻ നന്നായി പഠിക്കുന്ന തിലസൂയപ്പെട്ടിട്ടെന്തിന്? സ്ഥിര പരിശ്രമവും ശുഭാപ്തിവിശ്വാസവും കൃത്യനിഷ്ഠയുമുണ്ടെങ്കിൽ എന്താണ് നേടാനാവാത്തത്?

മനുശങ്കരായിരിക്കുമോ ഈ മോഷണത്തിനു പിന്നിൽ? എങ്ങനെ തീരുമാനിക്കും? മനുശങ്കർ വലിയ അസൂയക്കാരനാണ്. ആരും അവനൊപ്പം ഉയരാൻ പാടില്ല. എല്ലാവരും അവന്റെ കീഴിൽ തന്നെ നിന്നുകൊള്ളണം. കളിക്കൂട്ടത്തിൽ പോലും ഒന്നാമനാകാനാ ണവന്റെ വാശി... അവൻ എത്ര ശ്രമിച്ചിട്ടും തന്നെ പിന്നിലാക്കാൻ കഴിഞ്ഞില്ല. ഇവന് നന്നായി പഠിച്ച് തന്നെ പിന്നിലാക്കിക്കൂടെ?

താനൊരിക്കലും മനുശങ്കറിനോടു മത്സരിച്ചിട്ടില്ല. ടീച്ചറമ്മാർ ഏറ്റവും ഒടുവിൽ ചോദ്യം ചോദിക്കുന്നത് മനുശങ്കറിനോടും തന്നോടുമാണ്. മനുശങ്കറിനറിയില്ലാത്തതു താൻ പറയും. അപ്പോഴവന്റെ മുഖം കാണണം. തന്നെ കടിച്ചുകീറാനുള്ള ദേഷ്യമാണവന്റെ മുഖത്ത്! അഭി കുഴഞ്ഞ ചിന്തകളുമായി ഗ്രന്ഥാലയത്തിലേക്കു നടന്നു.

മണി പതിനൊന്ന്. ഏററവും ചുരുക്കം മൂന്നുമണിക്കൂർ സ്വസ്ഥ മായിരുന്നു വായിക്കാം. ചിന്തിക്കാം. വിശ്രമിക്കാം. സമ്മിശ്രവികാരം കൊണ്ട് സമ്പന്നമായിരുന്നു അവന്റെ മനസ്സ്.

16
വിജയസൂചന

അഭി രണ്ടുമണി വരെ അരുണിനെ കാത്തിരുന്നു. അരുൺ വന്നില്ല. ലൈബ്രറിയിലെത്താനാണ് നിർദേശിച്ചത്. അഭി തനിച്ച് ബാങ്കിലേക്ക് പോകാൻ തീരുമാനിച്ചു.

നല്ല വിശപ്പുണ്ട്. വീട്ടിൽ പോയി ആഹാരം കഴിക്കാൻ അവൻ മടിച്ചു. അമ്മയുടെ മ്ലാനമുഖം അവനെ വീട്ടിലേക്ക് ചെല്ലാൻ പ്രേരിപ്പിച്ചില്ല.

ബാങ്കിലേക്ക് നീങ്ങിയിട്ട് പെട്ടെന്നവൻ തിരിച്ചു നടന്നു. കട യിൽ ചെന്ന് ചന്ദ്രൻ മാമനോട് അരുൺ വന്നോ എന്ന് അന്വേഷി ക്കാൻ തീരുമാനിച്ചു. അവൻ കയറിച്ചെല്ലുമ്പോൾ ചന്ദ്രൻ മാമൻ ചോറു ണ്ണാൻ തുടങ്ങുകയായിരുന്നു.

"വരൂ.. വരൂ.. ചോറുണ്ണാം." അദ്ദേഹം പുഞ്ചിരിയോടെ ക്ഷണിച്ചു. അഭിയെ അദ്ദേഹത്തിന് വളരെ ഇഷ്ടമാണ്.

"ചോറു വേണ്ട."

"അതെന്താ നീ ഉണ്ടിട്ടില്ലല്ലോ. വേഗം കൈകഴുക്. ചോറ് മിച്ചമുണ്ട്." അദ്ദേഹം പ്ലേറ്റിൽ ചോറ് പകർന്നു കഴിഞ്ഞു. കടയ്ക്ക കത്ത് കർട്ടന് പിന്നിലാണ് ഊണ് മേശ. വേലക്കാരൻ പയ്യൻ ഉച്ചയ്ക്ക് ചോറ് കൊണ്ടുവരും.

അഭിക്ക് നല്ല വിശപ്പുണ്ടായിരുന്നു. അവൻ ആർത്തിയോടെ ചോറുണ്ടു. ഇന്നലെ രാത്രി ഒന്നും കഴിച്ചിരുന്നില്ല. രാവിലത്തെ ഭക്ഷണവും തൃപ്തിയായില്ല.

"അഭി ബാങ്കിൽ പോയില്ലേ?"

"ഉവ്വ്. രണ്ടു മണി കഴിഞ്ഞ് ചെല്ലാൻ പറഞ്ഞു."

"ശര്യാ.. രണ്ട് വരെ തിരക്കായിരിക്കും. ഇനി ചെന്നാൽ കാര്യം നടക്കും." അദ്ദേഹം കൗണ്ടറിലേക്ക് കയറി ഇരുന്നു. "അഭി ആ സ്റ്റൂളിൽ ഇരുന്നോളു." അദ്ദേഹം ചൂണ്ടിക്കാട്ടിയ സ്റ്റൂളിൽ അവൻ ഇരുന്നു.

"ഇവിടെ കുട്ടികളാരെങ്കിലും വന്നോ?"

"ഇവിടെയോ. കുട്ടികളോ.. ഞാ.. വന്നിരുന്നു. നിന്റെ കൂടെ ഇന്നലെ വന്ന കുട്ടിയും മറ്റ് രണ്ടുമൂന്ന് പേരുമുണ്ടായിരുന്നു. എന്താ ചോദിച്ചത്?

"ഇവിടെ രൂപാ കൊണ്ടുവന്ന കുട്ടിയെ കൂട്ടികൊണ്ടുവരാൻ ഞാൻ അരുണിനെ ഏർപ്പാടുചെയ്തിരുന്നു."

"ഇല്ലില്ല. ആ വിരുതൻ വന്നില്ല. അവൻ പഠിച്ച കള്ളനായിരി ക്കണം. അവൻ ഇനി ഈ വഴി വരില്ല മോനെ. അവന്റെ കൂടെ വന്ന കുട്ടി ഉണ്ടായിരുന്നു. അവനെ ഞാൻ അരുണിന് കാണിച്ച് കൊടു ത്തിട്ടുണ്ട്. അജിത്ത് എന്നാണവന്റെ പേരല്ലേ?"

"അജിത്തോ!.." അഭി വിസ്മയിച്ചു.

"എന്താ വല്ല തുമ്പും കിട്ടിയോ?"

"ഇല്ല. അജിത്ത് ക്ലാസിലെ പാവം കുട്ടിയാ. മനുശങ്കറിന്റെ കൂടെ അറിയാതെ വന്നതായിരിക്കും."

"എന്നാൽ അജിത്തിനെ പിടിച്ചാൽ മതിയല്ലോ."

"ഊഹം വെച്ചൊന്നും ചോദിക്കാൻ വയ്യല്ലോ. അന്വേഷണം നടക്കുന്നു എന്നറിഞ്ഞാൽ അവൻ ഒഴിഞ്ഞ് മാറാം. വളരെ തന്മയ ത്വമായി നീങ്ങേണ്ട കാര്യമാണ്. വ്യക്തമായ തെളിവില്ലാതെ ഒരു വാക്കും മിണ്ടാനാവില്ല."

"ഞാ. അതുശരിയാണ്. നോട്ട് കയ്യിൽ കിട്ടാതെ അനങ്ങരുത്. എന്നാൽ അഭി ചെല്ലു. മണി രണ്ടു കഴിഞ്ഞു." അദ്ദേഹം സ്നേഹ ത്തോടെ അവനെ ഓർമപ്പെടുത്തി.

അഭി കടക്കാരനു നന്ദി പറഞ്ഞു ബാങ്കിലേക്ക് പുറപ്പെട്ടു. കാര്യം ഏകദേശം തെളിഞ്ഞുവരികയാണെന്ന ഉല്ലാസഭാവത്തിലായിരുന്നു അവൻ.

അവൻ ബാങ്കിൽ ചെല്ലുമ്പോൾ ഉദ്യോഗസ്ഥന്മാർ ഊണ് കഴി ക്കാൻ തയാറെടുക്കുകയാണ്. അഭിയെ മാനേജർ മറ്റുള്ളവർക്ക് പരിച യപ്പെടുത്തി.

കാഷ്യർ പറഞ്ഞു.

"കുട്ടി നാലുപേർക്കാണ് ആ ബണ്ടിലിലെ നോട്ട് വീതിച്ച്

കൊടുത്തത്... അതിലാർക്കാണ് നിനക്കാവശ്യമുള്ള നോട്ട് കൊടു ത്തതെന്ന് നിശ്ചയമില്ല. രൂപാ കൈപ്പറ്റിയവരുടെ പേരുവിവരം ഞാൻ തരാം." ജോസഫ്, രവികുമാർ, അനിരുദ്ധൻ, ഭവാനിയമ്മ, അവരോ രുത്തരും കൈപ്പറ്റിയ തുകയും അവൻ കുറിച്ചെടുത്തു. അവരുടെ വീട് എവിടെയാണെന്ന് ബാങ്കുദ്യോഗസ്ഥർക്കറിയില്ല. അഭി ആ ലിസ്റ്റുമായി ചന്ദ്രൻ മാമന്റെ കടയിലെത്തി. അദ്ദേഹം അത് പരി ശോധിച്ചു. എല്ലാവരെയും അദ്ദേഹത്തിന് അറിയാം. എന്നാൽ എല്ലാ വരും അത്ര അടുത്തല്ല താമസം.

കടക്കാരൻ വേഗം ഫോൺ ചെയ്ത് വിവരം പറഞ്ഞു. ഒന്നാ മത്തെയാൾ വിദേശത്തുപോകാനായി ബോംബെയ്ക്ക് പോയിരു ന്നു. രണ്ടാമൻ എറണാകുളത്താണ്. മൂന്നാമൻ ഏതോ ചികിത്സയ്ക്കാ യി ആശുപത്രിയിലാണ്. നാലാമത്തെയാൾ ഭവാനിയമ്മ വീട്ടിൽ കണ്ടേക്കും.

നാലാമത്തെ ആളിന്റെ വീട്ടിലേക്ക് പോകാൻ അവൻ തീരുമാ നിച്ചു. ആട്ടോയിൽ പോകാം കടക്കാരൻ ആട്ടോ വിളിച്ചു കൊടു ത്തു. നാലുമണിയോടെ അഭി ഭവാനിയമ്മയുടെ വീട്ടിൽ എത്തി. പ്രായമുള്ള സ്ത്രീയാണ്. അവരുടെ മകൻ വിദേശത്തുണ്ട്. മകന്റെ ചെക്ക് മാറിയ തുകയാണ്.

ഭവാനിയമ്മ അഭിയുടെ അച്ഛന്റെ സ്നേഹിതന്റെ അമ്മയാണ്. അഭി അവരെ കാര്യങ്ങൾ ബോധ്യപ്പെടുത്തി. ഭവനിയമ്മയ്ക്ക് അഭിയെ ഇഷ്ടമായി. ബാങ്കിൽ നിന്നെടുത്ത രൂപ അവർ ചെലവാ ക്കിയിരുന്നില്ല. രൂപാ മുഴുവൻ അവർ അഭിയെ കാണിച്ചു. അഭിക്ക് ആവശ്യമുള്ള നോട്ട് അതിലില്ലായിരുന്നു. അവൻ നിരാശനായി. അവൻ വേഗം അവിടെ നിന്നിറങ്ങി. ചായകഴിക്കാൻ അവർ നിർബ ഡിച്ചെങ്കിലും അവൻ നിന്നില്ല.

17

അന്വേഷണം തുടരുന്നു

അഭി ആ വണ്ടിയിൽത്തന്നെ അടുത്ത ലക്ഷ്യത്തിലേക്കു യാത്ര യായി. ബസാറിനൽപ്പം അകലെയാണ് ജോസഫിന്റെ വീട്. വീട്ടു വാതുക്കൽ ആട്ടോ നിർത്തി വീട്ടിലേക്ക് കയറിചെന്നു. പുറത്താരു മില്ല. അവൻ ബെല്ലമർത്തി.

കഴുത്തിൽ കുരിശുമാലയുള്ള കുലീനനായ ഒരു വൃദ്ധൻ മൊബൈൽ ഫോണിൽ സംസാരിച്ചുകൊണ്ട് നടന്നു വന്നു. അദ്ദേഹം നെഞ്ചിനു താഴെ വെച്ച് മുണ്ടുടുത്തിരുന്നു. കുപ്പായമില്ല. തടിച്ച കുടവയറുള്ള ആൾ. തുടക്കാലുകളിലും നെഞ്ചിലും നിറയെ രോമം. വട്ടത്തിൽ തുടുത്തു കനത്ത മുഖം ഷേവ് ചെയ്തിരുന്നു. അദ്ദേഹം മൊബൈൽ ഓഫ് ചെയ്ത് കഴുത്തിൽ തൂക്കിയിട്ടുകൊണ്ട് അഭിയെ സ്വാഗതം ചെയ്തു സെറ്റിയിലിരുത്തി. അദ്ദേഹം മുന്നിലി രുന്നുകൊണ്ട് വിവരങ്ങൾ ആരാഞ്ഞു. അവൻ വളരെ ചുരുക്കി കാര്യ ങ്ങൾ പറഞ്ഞു.

"മോനേ ജോസഫ് ഇന്നലെ പോയല്ലോ. എന്ത് ചെയ്യും? ഇന്നലെ വന്നുകൂടായിരുന്നോ. വെളുപ്പിനെയാണവൻ ബോംബെക്ക് പോയത്." അദ്ദേഹം സ്നേഹപൂർവം അറിയിച്ചു. ആ വാർത്ത കേട്ട് അഭി അസ്വസ്ഥനായി. ചെല്ലുന്ന വഴിയെല്ലാം അടഞ്ഞ് പോകുക യാണല്ലോ.

"അദ്ദേഹം മുഴുവൻ രൂപയും കൊണ്ടുപോയോ ഇവിടെ ഒന്നും തന്നിട്ടില്ലേ? 100രൂപയുടെ ഒരു നോട്ട് കണ്ടെത്തിയാൽ മതി."

"ഓ.. ഞാനതു മറന്നു. കുറച്ചു രൂപ അവനിവിടെ തന്നിട്ടുണ്ട്.

അതി പ്പോൾ
കാണിച്ചുതരാം." അദ്ദേഹം
എഴുന്നേറ്റ് അകത്തേക്കു
പോയി. അഭി ശ്വാസമടക്കിയി
രുന്നു. അകത്ത് അലമാര തുറ
ക്കുകയും അടയ്ക്കുകയും ചെ
യ്യുന്ന ശബ്ദം അവൻ ചെവി
യോർത്തു. അദ്ദേഹം കുറേ
നോട്ടുകളുമായി വന്നു.

"നോക്ക് മോനാവശ്യമുള്ള
നോട്ട് ഇതിലുണ്ടോ എന്ന് പരി
ശോധിക്ക്" അവൻ ഹൃദയമിടി
പ്പോടെ നോട്ട് പരിശോധിക്കാൻ
തുടങ്ങി. അതിന്റെ കൂടെ ഉണ്ടാവു
മെന്ന് അവന്റെ മനസ്സ് പറഞ്ഞു...
എന്തതിശയം! അവൻ ആ നോട്ട്
കൈയിലെടുത്ത് നൃത്തം വെച്ചുകൊണ്ട് മേലേക്ക് ചാടിപ്പോയി!
അവന്റെ അത്ഭുതവും ആഹ്ളാദവും അടക്കിവെക്കാൻ അഭിക്ക് കഴി
ഞ്ഞില്ല. അവന്റെ തിരയടിക്കുന്ന വികാരപ്രകടനം കണ്ട് ആ വൃദ്ധൻ
അന്തംവിട്ടിരുന്നു പോയി!

"മുത്തശ്ശാ.. ഇതാണാ നോട്ട്!... എന്റെ കൂടെ ഒന്ന് വരാമോ?"
അവൻ ആദരവോടെ ചോദിച്ചു. "ബസ്സ്റ്റാർ വരെ വന്നാൽ മതി. ഈ
ഓട്ടോയിൽത്തന്നെ തിരിച്ചുപോരാം. ദാ... പകരം രൂപാ" സീമയറ്റ
സംതൃപ്തി മനസിലടക്കി അവൻ പകരം നോട്ടുകൊടുത്തു.

"ശരി ഞാൻ വരാം. എന്തുഗുലുമാലാണ് മോനേ ഇത്?"
അദ്ദേഹം വിടർന്ന മിഴികളോടെ ആരാഞ്ഞു.

"ഇതു വെറും തമാശ കളിയാണ് മുത്തശ്ശാ. പിന്നാലെ എല്ലാം
ഞാൻ അറിയിക്കാം."

"ശരി..ശരി.. അതുമതി." അദ്ദേഹം വസ്ത്രം മാറി അവനോ
ടൊപ്പം ഇറങ്ങി.

അഭി അദ്ദേഹത്തെ കൂട്ടിക്കൊണ്ടുപോകാൻ കാരണമുണ്ടായി
രുന്നു. രൂപാ ബാങ്കിൽ നിന്നും ജോസഫിന്റെ കൈയിൽ ചെന്നു
എന്നും അവിടെ നിന്നാണ് കണ്ടെത്തിയതെന്നും ചന്ദ്രൻ മാമനെ
ബോധ്യപ്പെടുത്തണമായിരുന്നു. ചന്ദ്രൻ മാമാക്ക് സത്യം ബോധ്യ

മായി. നോട്ട് അദ്ദേഹം തിരിച്ചറിയുകയും ചെയ്തു. ആ കാരണവ
രുടെ മുന്നിൽ വെച്ച് അഭിയുടെ സ്ഥിരോൽസാഹത്തേയും
അന്വേഷണ ബുദ്ധിയേയും കടക്കാരൻ അഭിനന്ദിച്ചു. വിവരം സ്ഥിരീ
കരിച്ചശേഷം കാരണവരെ മടക്കിയയച്ചു.

രൂപാ ചന്ദ്രൻ മാമയെത്തന്നെ അവൻ ഏൽപ്പിച്ചു. അവൻ
സംതൃപ്തനായി, തന്റെ സൽസ്വഭാവത്തിനേറ്റ അപമാനം താൻ
തന്നെ തുടച്ചുനീക്കി അഭിമാനത്തോടെ അവൻ വീട്ടിലേക്ക് തിരി
ച്ചു. മിന്നൽ വേഗത്തിൽ അഭിയുടെ മനസിലേക്കൊരു ചിന്ത പാഞ്ഞു
വന്നു! ഈ കാര്യത്തിൽ താൻ വിജയിക്കുമോ? മോഷ്ടാവിനെ പിടി
ക്കേണ്ടെ? അതേ അതല്ലെ പ്രധാന കാര്യം?

18

ആരാണ് കള്ളൻ?

അഭി ആറു മണിയോടെ വീട്ടിലെത്തി. അമ്മ ആകാംക്ഷയോടെ കാത്ത് നിൽക്കുകയായിരുന്നു. അതുവരെയുള്ള വിവരങ്ങൾ അവൻ അമ്മയെ പറഞ്ഞ് മനസിലാക്കി. വലിയ ഒരു അഗ്നിപരീക്ഷയിൽ നിന്ന് മോൻ രക്ഷപ്പെട്ടല്ലോ എന്ന് അമ്മ സമാധാനിച്ചു. "മോനേ നീ ഇത്രയുമൊക്കെ ചെയ്തത് യുക്തിയായി. അതുകൊണ്ടായോ? കള്ളനെ പിടിക്കേണ്ടേ?"

"കള്ളനെ ഉടൻ പിടിക്കും അമ്മേ." അഭി ഉറപ്പായി പ്രതിവ ചിച്ചു.

രാത്രി അച്ഛൻ വന്നു. അമ്മ അച്ഛനോട് എല്ലാം പറഞ്ഞു. അച്ഛൻ ആ വിവരങ്ങൾ കേട്ട് അത്ഭുതപ്പെടുകയായിരുന്നു. അദ്ദേഹം ഭാര്യയെ ഉപദേശിച്ചുകൊണ്ടു പറഞ്ഞു: "നീ കുഞ്ഞിനെ ഭയപ്പെടു ത്തിയത് ശരിയായില്ല. നമ്മുടെ മോനെ നമുക്കേ അറിയൂ. അന്യരുടെ പ്രേരണയിൽ അവൻ ഒന്നും ചെയ്യില്ല. അറിഞ്ഞുകൊണ്ടവൻ തെറ്റ് ചെയ്യുകയില്ല. ചിലപ്പോൾ അബദ്ധം പിണഞ്ഞേക്കാം തെറ്റ് ആർക്കും പറ്റാം. അവനു പറ്റിയ തെറ്റ് അവൻ തിരുത്താൻ ശ്രമിച്ചു. നല്ല പ്രവർത്തി കൾക്ക് കുട്ടികൾക്ക് നാം ധൈര്യവും പ്രോത്സാഹനവും കൊടുക്ക ണം. ഇത്രയും ചെറുതിലെ ഇവനിലുള്ള കുറ്റാന്വേഷണ വാസന ഭാവിയിൽ അവനെ ഒരു സി ബി ഐ ഉദ്യോഗസ്ഥനാക്കാൻ വയ്യെ ന്നുണ്ടോ? നീ വികാരത്തിനടിമയായി പോയതാണ് കുഴപ്പമായത്.

മോൻ വിഷമിക്കേണ്ട എല്ലാം ഭംഗിയാകും. നിനക്ക് അതിനുള്ള ബുദ്ധിയും കരുത്തും ഉണ്ട്." അച്ഛൻ അഭിയെ തഴുകി അനുമോ ദിച്ചു.

അമ്മയ്ക്ക് ലജ്ജയും സങ്കടവും ഉണ്ടായിരുന്നു. "ആ പിള്ളേരു വന്നു കള്ളനഭി മോഷ്ടിച്ചേ" എന്ന് വിളിച്ചു കൂവിയപ്പോഴാ ഞാൻ ആകെ തകർന്ന് പോയത്. അമ്മ മിഴി തുടച്ച് ചിലമ്പിയ ശബ്ദ ത്തിൽ പ്രതിവചിച്ചു.

"എന്നാൽ മോനേ നീ രക്ഷപ്പെട്ടിട്ടില്ല. കള്ളനെ വെളിച്ചത്തു കൊണ്ടുവരണം. അത് അതീവ രഹസ്യമായിരിക്കുകയും വേണം." അച്ഛൻ പറഞ്ഞു.

"അതെനിക്കറിയാമച്ഛാ. കുറ്റാന്വേഷണത്തിന്റെ കാതൽ രഹസ്യം സൂക്ഷിക്കൽ തന്നെയാണ്." അച്ഛന്റെ അഭിനന്ദനത്തിൽ അഭി സന്തോഷഭരിതനായെങ്കിലും അത് ഒട്ടും പുറത്തു കാണിക്കാതെ പറഞ്ഞു.

നേരം പുലർന്നപ്പോൾ ചന്ദ്രൻ മാമൻ വന്നു. അദ്ദേഹത്തിന്റെ ആഹ്ലാദവും ആവേശവും അതിരറ്റതായിരുന്നു. അദ്ദേഹം അഭിയെ വാരിപ്പിടിച്ചു മുത്തം വെച്ചു. "ഇവൻ മഹാനായ കുറ്റാന്വേഷകനാകും തീർച്ച!" അദ്ദേഹം അവനെ ആശീർവദിച്ചു. പിന്നീട് അദ്ദേഹം അച്ഛ നുമായി കുശലം പറഞ്ഞ് മടങ്ങിപ്പോയി.

അൽപ്പം കഴിഞ്ഞപ്പോൾ അരുൺ വന്നു. അരുൺ എന്തു കൊണ്ടുവന്നില്ല എന്ന സംശയചിന്തയിലായിരുന്നു അഭി.

"അഭി എന്തായി കാര്യങ്ങൾ" അരുൺ ഓടിവന്ന് അഭിയുടെ കൈകൾ കൂട്ടിപ്പിടിച്ചു. അഭിയുടെ അച്ഛൻ ഉമ്മറത്തിരിക്കുന്നത് കണ്ട് അരുൺ പരുങ്ങലോടെ ശബ്ദം താഴ്ത്തിയാണ് ചോദിച്ചത്. "ഞാ.. അരുൺ.. വരൂ.. വരൂ.. സി ഐ ഡി ഇൻസ്പെക്ടറന്മാർക്കഭിനന്ദന ങ്ങൾ." അച്ഛൻ വായിച്ചുകൊണ്ടിരുന്ന പത്രം ടീപ്പോയിലേക്കിട്ട് മുറ്റ ത്തേക്കിറങ്ങിവന്ന് അഭിയേയും അരുണിനേയും ചേർത്തുപിടിച്ച് അഭിനന്ദിച്ചു. അതുവരെ ഉണ്ടായിരുന്ന മുഴുവൻ കാര്യങ്ങളും അച്ഛൻ അറിഞ്ഞിരുന്നതുകൊണ്ട് അച്ഛൻ അരുണിനോട് ചോദിച്ചു.

"ആരാണ് രൂപാ കടയിൽ കൊടുത്തത്? അറിഞ്ഞോ?"

"മനുശങ്കർ!" അരുൺ വേഗം പറഞ്ഞു.

"എങ്ങനെ തിരിച്ചറിഞ്ഞു"

"അത് സങ്കൽപ്പം മാത്രമാണ്."

"അതുശരി." നർമവും ഹാസ്യവും നിഴലിട്ടിരുന്നു അച്ഛന്റെ ശബ്ദത്തിൽ.

"മനുശങ്കർ ചന്ദ്രൻ മാമയുടെ കടയിലെത്തി. രൂപാകൊടുത്ത് സാധനം വാങ്ങി. അവൻ കൊടുത്ത നോട്ട് അദ്ദേഹത്തിന്റെ പക്ക ലുണ്ട്. മനുശങ്കറും അജിത്തും കടയിൽ ചെന്നതിന് തെളിവുകളു ണ്ട്. 9.45 മണികഴിഞ്ഞ് അവർ രണ്ടാളും കൂടി കടയിലേക്ക് ഓടിവ രുന്നത് കണ്ടവരുണ്ട്. അവർ ധൃതിയിൽ ഓടിപ്പോയപ്പോൾ എങ്ങോ ട്ടാണ് ഈ ഓട്ടം എന്ന് ചോദിച്ചതിന് ഒരു മറുപടിയും അവർ പറ ഞ്ഞില്ല എന്ന് പലരും പറഞ്ഞിട്ടുണ്ട്. ഇവർ ഓടിപ്പോകുമ്പോൾ എതിരെ സ്കൂളിലേക്ക് വന്ന കുട്ടികളും ഈ കാര്യം സ്ഥിരീകരിച്ചി ട്ടുണ്ട്. തെളിവുകൾ വേറെയുമുണ്ട്. ഇത്രയും ശക്തമായ തെളിവു കൾ ഉള്ളപ്പോൾ അവന് എങ്ങനെ ഒഴിഞ്ഞ് മാറാനാവും?..." അഭി ചോദിച്ചു.

"മോൻ പറയുന്നത് കാര്യമാണ്. ഉന്നതമായ നിരീക്ഷണ സിദ്ധിയും വ്യക്തമാകുന്നുണ്ട്. നിന്റെ ചിന്തയ്ക്ക് നല്ല കരുത്തുണ്ട്... അച്ഛന് മോനേ പ്രതിയുള്ള അഭിമാനം വിവരിക്കാൻ വാക്കുകളില്ല."

"അരുൺ, ഇവിടെ വന്ന് കളവു പറഞ്ഞതാരാണ്?" അമ്മ ഉമ്മ റത്തേക്കു വന്നു ചോദിച്ചു.

"അജിത്താവണം."

"അതെന്താ അജിത്താവണം എന്ന് പറയുന്നത്?" അഭി ആകാം ക്ഷയോടെ ചോദിച്ചു. "നീ അവനെ കണ്ടു വിവരങ്ങളാരാഞ്ഞില്ലേ?"

"ഉവ്വ്."

"എന്നിട്ട്?"

"ഇങ്ങനെ ഒരു സംഭവം ഉണ്ടായില്ലെന്നാണവൻ പറയുന്നത്."

"എന്ത്?" അഭി ആശ്ചര്യപ്പെട്ടു.

അരുൺ തുടർന്നു. "അതു നുണയാണ് അജിത്ത് സ്കൂൾ വിട്ട് വടക്കോട്ടാണല്ലോ പോകുന്നത്. എന്നാൽ സംഭവദിവസം അവനും രണ്ടു കൂട്ടുകാരും കൂടി ഈ വഴിയിൽക്കൂടി പോകുന്നത് പല കുട്ടി കളും കണ്ടതായി പറഞ്ഞിട്ടുണ്ട്."

'ഉവ്വോ?"

"അതേ."

"അപ്പോൾ അജിത്തും കൂട്ടുകാരുമാകണം ഇവിടെ വന്നിട്ടു ള്ളത്." അഭി സ്ഥിരീകരിച്ചു.

"എന്നാൽ അജിത്ത് ഇതൊന്നും സമ്മതിക്കുന്നില്ലെങ്കിലോ?" അച്ഛൻ ചോദിച്ചു.

"അതേ ശരിയാണ്."

"പൊലീസിനെ കൊണ്ടുചോദ്യം ചെയ്യിക്കണം" അരുൺ വേഗം പറഞ്ഞു.

"എടാ... അരുൺ നീ ആലോചിക്കാതെയാണ് പറയുന്നത്. ഇവിടെ പൊലീസിനു കാര്യമില്ല. ഇതു നമ്മുടെ സ്വകാര്യ അന്വേ ഷണമല്ലേ?" അഭി പുഞ്ചിരിയോടെ ചോദിച്ചു.

"ഓ... തോറ്റു... തോറ്റു... അഭി ക്ഷമിക്കണേ."

അരുൺ വേഗം ക്ഷമാപണം നടത്തി.

19

അന്വേഷണ വിശകലനങ്ങൾ

"**അ**രുൺ ഇവിടെ ശ്രദ്ധിക്ക്." അഭി ഗൗരവഭാവത്തിൽ പറ
ഞ്ഞു. "അജിത്ത് ചന്ദ്രൻമാമയുടെ കടയിൽ ചെന്നിരുന്നു. അദ്ദേഹം
അവനെ തിരിച്ചറിയുകയും ചെയ്തു."

"ചന്ദ്രൻ മാമ എനിക്കവനെ കാണിച്ചു തരികയേ ചെയ്തുള്ളു."
അരുൺ വേഗം പറഞ്ഞു.

"നീയും മറ്റൊരു കുട്ടിയും കൂടി ഇന്നലെ ഇവിടെ വന്ന് പേനാ
വാങ്ങിയില്ലേ" എന്നവനോടദ്ദേഹം ചോദിച്ചില്ല. കച്ചവടത്തിരക്കിൽ
അദ്ദേഹം മറന്നതായിരിക്കാം. അഥവാ അജിത്തിനെ സംശയിക്കുന്നു
എന്നുതോന്നാതിരിക്കാനാവും."

"എന്നിട്ടോ." അഭി ചോദിച്ചു.

"ഞാൻ നിന്റെ അടുക്കൽ നിന്നുപോന്നതിനുശേഷം അജി
ത്തിൽ നിന്ന് തന്ത്രപരമായി വിവരങ്ങൾ ചോർത്താൻ ശ്രമിച്ചു. അവൻ
എന്നെ സംശയം തോന്നിയതുകൊണ്ടാവും അവനൊന്നും തുറന്നു
പറഞ്ഞില്ല. അവൻ മനുവിന്റെകൂടെ എങ്ങും പോയിട്ടില്ല എന്നും മനു
ശങ്കർ പണം മോഷ്ടിച്ചുവെന്ന് പറയുന്നതും അഭിയെ കളവുകേസിൽ
നിന്നും രക്ഷപ്പെടുത്തുവാനുള്ള സൂത്രമാണെന്നുമാണ് അജിത്ത്
പറഞ്ഞത്. അവനെന്നെ ഒഴിവാക്കി ഓടിപ്പോകുകയായിരുന്നു."

"അയ്യോ.. അങ്ങനെയോ?" അമ്മയും അച്ഛനും ഒരുമിച്ച്
ചോദിച്ചു പോയി.

പുതിയ പ്രതിസന്ധിയിലാണ് അന്വേഷണം എത്തിയത്. എല്ലാ
വരും സ്തംഭിച്ചുനിൽക്കെ അച്ഛൻ പറഞ്ഞു. "അഭി നീ ആഗ്രഹിക്കുന്ന

വേഗത്തിൽ ഈ കേസ് തെളിയുകയില്ല. നോട്ട് ചന്ദ്രൻ മാമയുടെ കടയിൽ കൊടുത്തത് അവർ നിഷേധിച്ചാൽ നമുക്കത് തെളിയിക്കാൻ മറ്റ് മാർഗങ്ങളൊന്നുമില്ല. കടക്കാരൻ അവരോട് ചോദിച്ചാൽ പോലും അവർ നിഷേധിക്കുന്നു എങ്കിൽ കാര്യം കുഴയും അപ്പോൾ ഈ കേസ് പൊലീസിനു കൈമാറേണ്ടിവരും. കുട്ടികളായതിനാൽ അത് പ്രായോഗികവുമല്ല. രൂപാ അഭി എടുത്തിട്ട് ആ കുറ്റത്തിൽ നിന്ന് രക്ഷ പ്പെടുവാൻ വേണ്ടി ഒരു കഥ മെനെഞ്ഞുണ്ടാക്കി എന്നേ ആരും വ്യാഖ്യാനിക്കൂ. കാരണം ഈ കേസുമായി ബന്ധപ്പെട്ട ചന്ദ്രൻ മാമ എന്റെ സുഹൃത്താണ്. അതുകൊണ്ട് ഇതൊരു ഒത്തുകളിയാണെന്നും പറയാം.”

“ഇനി ഒന്നും പറയാനില്ല. ഈ ചെക്കൻ ഗുലുമാലിൽ തലവെ ച്ചുകൊടുത്തിരിക്യാ എന്ത് ദുർവിധിയാ ഭഗവാനെ.” അമ്മ തലയിൽ കൈവെച്ച് സെറ്റിയിലിരുന്നുപോയി.

“ഇവിടെ വികാരംകൊള്ളലല്ല സംയമനം പാലിക്കലാണ് വേണ്ടത്. പണം മോനെടുത്തിട്ടില്ലെന്ന് നമുക്കറിയാം. പണം എടു ത്ത് മനുശങ്കരോ മറ്റാരെങ്കിലുമോ എന്ന് തിരിച്ചറിയാൻ വേറെ വഴി തേടണം. അതുടനെ വേണം താനും... മോനെ വിഷമിപ്പി ച്ചാൽ കൂടുതൽ കുഴപ്പം വരുത്തിവെയ്ക്കുകയേയുള്ളു.”

“അച്ഛന്റെ നിഗമനങ്ങൾ ഞാനംഗീകരിക്കുന്നു. എന്നാൽ എന്റെ സംശയം അതല്ല. ഈ കളവിൽ നിന്ന് രക്ഷപ്പെടാനും എന്നെ മന:പൂർവം കുറ്റവാളിയാക്കാനും വേണ്ടി കുറ്റം അവൻ നിഷേധി ക്കുന്നതാണെങ്കിലോ?”

“ശരി. അതു തെളിയിക്കാനെന്തുവഴി?”

“അതിനു ഞാനുദ്ദേശിക്കുന്നതിങ്ങനെയാണ്. തിങ്കളാഴ്ച അച്ഛനും ചന്ദ്രൻ മാമനും കൂടി ചെന്ന് ഹെഡ് മാസ്റ്ററെ കാണണം. അദ്ദേഹത്തിന്റെ മുന്നിൽ മനുശങ്കരേയും അജിത്തിനേയും വരുത്തി ചോദ്യം ചെയ്താൽ സത്യമറിയാം. നമ്മുടെ കൈയിലുള്ള തെളി വുകൾ വെച്ച് ചോദ്യം ചെയ്താൽ അവർക്ക് രക്ഷപ്പെടാനാവില്ല.”

“ഗുഡ് ഐഡിയ! മോൻ വെച്ചത് നല്ല നിർദേശമാണ്. ഇതു വരെ നടന്നത് രഹസ്യമാക്കി വെക്കുക. നമുക്കൊരബദ്ധം പറ്റി. അജി ത്തിനേയും മനുശങ്കരിനേയും സംശയിക്കുന്നു എന്നുതോന്നാൻ നാം അവസരം കൊടുത്തു. ഒരു കുറ്റാന്വേഷണത്തിൽ ഒരിക്കലും കുറ്റവാളി എന്ന് സംശയിക്കുന്നു എന്ന് തെളിയിക്കപ്പെടും വരെ അയാൾ അറിയാൻ പാടില്ല. നമുക്ക് അൽപ്പം തിടുക്കം കൂടിപ്പോയി. സാരമില്ല. നമുക്ക് പരിശ്രമിക്കാം.”

"അച്ഛാ അച്ഛൻ പറയുന്ന തിടുക്കം കൂടിപ്പോയി എന്ന കാര്യം ഞാൻ അംഗീകരിക്കുന്നു. എന്നാൽ നാം എത്ര രഹസ്യമായി അന്വേ ഷിച്ചാൽ പോലും ഈ കേസിൽ കുറ്റം മന:പൂർവം മറച്ചുപിടിച്ചാൽ നമുക്ക് തെളിയിക്കാനാവില്ല. ഈ കേസ് പോലീസിനു കൈമാറാനും ആവില്ല. നാളെ ഹെഡ് മാസ്റ്റർ ചോദിച്ചാൽ പോലും മനുശങ്കർ ഉറ പ്പോടെ നിഷേധിച്ചാൽ കള്ളൻ ഞാൻ തന്നെ ആകും. യഥാർഥ കള്ളൻ മനുശങ്കറാണെന്ന് എല്ലാവരും തിരിച്ചറിയുമെങ്കിലും അവൻ പ്രതി ക്കൂടിനു പുറത്തായിരിക്കും."

"ആവട്ടെ നമുക്ക് തിങ്കളാഴ്ച തീരുമാനിക്കാം. അരുൺ മോൻ ചായ കഴിച്ച് പോയാൽ മതി." അച്ഛൻ പറഞ്ഞു.

20

തകർന്ന പ്രതീക്ഷകൾ

വളരെ നേരത്തെ അഭിയും അച്ഛനും ചന്ദ്രൻ മാമനും സ്കൂളി ലെത്തി. ഹെഡ് മാസ്റ്റർ അവരെ സ്വീകരിച്ചിരുത്തി. അദ്ദേഹം വിവ രങ്ങളെല്ലാം അറിഞ്ഞിരുന്നെങ്കിലും രഹസ്യമാക്കി വെച്ചിരിക്കുക യായിരുന്നു.

മനുശങ്കറും അജിത്തും എത്താൻ അവർ ആകാംക്ഷയോടെ കാത്തിരുന്നു. എന്നാൽ 10 മണി കഴിഞ്ഞ് ക്ലാസ് ആരംഭിച്ചിട്ടും മനു ശങ്കറും അജിത്തും എത്തിയില്ല. ഇനി അവർ വരുമെന്ന പ്രതീക്ഷയും ഇല്ലാതായി.

തികച്ചും ആശയക്കുഴപ്പത്തിലാണ് എല്ലാവരും. അഭിയും അരുണും അച്ഛന്റെ പിന്നിൽ നിൽക്കുകയാണ്. അഭിയുടെ ഹൃദയം പിടയ്ക്കുകയാണ്. എന്താണിനി സംഭവിക്കുക.? മനുശങ്കർ വരു ന്നില്ലെങ്കിൽ കാര്യം ഗുലുമാലാകും! ആ ചിന്ത അവനെ ശ്വാസംമു ട്ടിച്ചു. ഹൃദയം വിങ്ങിവിങ്ങി പൊട്ടുമെന്ന തോന്നൽ. മനുശങ്കർ തന്ത്രപരമായി തന്നെ ചതിക്കുകയായിരുന്നു എന്ന് അഭിക്കു ബോധ്യ മായി. മനു എന്തുകൊണ്ടു വന്നില്ല? അപ്പോൾ അവൻ തന്നെ മോഷ്ടാവ്... അവൻ മോഷ്ടാവാണെന്ന് സ്ഥിരീകരിക്കാൻ കഴിഞ്ഞി ട്ടില്ല. അതുകൊണ്ട് കള്ളൻ താനായി തന്നെ തുടരും. യഥാർഥക ള്ളൻ മുന്നിൽ വന്ന് നിന്ന് "കള്ളനഭീ" എന്ന് വിളിക്കുകയയോ? അഭി വിയർപ്പിൽ മുങ്ങി. നാളെ മുതൽ എങ്ങനെ സ്കൂളിൽ വരും? ഹെഡ് മാസ്റ്റർ തന്നോടുകാണിച്ചിരുന്ന വാത്സല്യം നാളെ കാണില്ല. ഇപ്പോഴേ അദ്ദേഹത്തിന്റെ മുഖത്ത് ഗൗരവമാണ്. തന്നെ കണ്ട്

പുഞ്ചിരിക്കുന്ന അദ്ദേഹം താൻ മുന്നിലുണ്ടെന്ന ഭാവം പോലും കാണിക്കുന്നില്ല.

അഭിയുടെ അച്ഛൻ മനുശങ്കറിന്റെ വീട്ടിൽ ചെന്ന് അവന്റെ മാതാ പിതാക്കളെ കാണണമെന്ന് ചിന്തിച്ചെങ്കിലും പിന്നീടതു വേണ്ടെന്നു വച്ചു. അഭിയെപ്പോലെ നന്നായി പഠിക്കുന്ന വിദ്യാർഥിയാണ് മനു ശങ്കറും. അഭിക്കുവേണ്ടി മന:പൂർവം മനുവിനെ താഴ്ത്തി ക്കെട്ടാൻ അഭിയുടെ അച്ഛൻ ശ്രമിച്ചുവെന്ന് മനുവിന്റെ പിതാവിന് ആരോപി ക്കാം. മനുശങ്കർ കുറ്റം തീർത്തും നിഷേധിച്ചാൽ വലിയ ഒരു കള ങ്കമായി മാറാം അത്.

ഈ കുരുക്കഴിച്ച് രക്ഷപ്പെടേണ്ടേ? കേസ് തെളിയിക്കാൻ വേണ്ടി അഭി അന്വേഷിച്ചെടുത്ത വിവരങ്ങൾ അച്ഛൻ ഹെഡ് മാസ്റ്ററെ ബോധ്യപ്പെടുത്തി. സംഭവത്തിന്റെ ദൃക്സാക്ഷിയായി ചന്ദ്രൻ മാമ വിശദീകരണവും നൽകി. ഈ സംഭവത്തിലെ വില്ലൻ മനുശങ്കർ തന്നെയാണെന്ന് ഉറപ്പിച്ച് തന്നെ അദ്ദേഹം ന്യായീകരിച്ചു.

എന്നാൽ ഹെഡ്മാസ്റ്റർ ഈ വാദങ്ങളെല്ലാം സൗമ്യമായി കേട്ടി രുന്നതേയുള്ളൂ. ഒരക്ഷരം മിണ്ടാതെ നിഷ്പക്ഷത നടിക്കുകയായി രുന്നു അദ്ദേഹം.

"അജിത്തും മനുശങ്കറും ഹാജരാകാത്ത സാഹചര്യത്തിലും അവർ ഈ കാര്യങ്ങൾ നിഷേധിക്കുന്ന സാഹചര്യത്തിലും ഈ കേസ് തീർപ്പാകുകയില്ല. അഭി കള്ളനായി തുടരും. കുട്ടികളുടെ കാര്യമായതുകൊണ്ട് പോലീസിനെ വിളിച്ച് ചോദ്യം ചെയ്യുന്നത് ഉചിത നടപടിയല്ല. എന്തുവേണമെന്ന് നിങ്ങൾ തീരുമാനിക്കണം...." ഹെഡ് മാസ്റ്ററുടെ വാദം അങ്ങനെ പോയി. അഭിക്കനുകൂലമായി ഒരു വാക്കു പോലും ഹെഡ് മാസ്റ്റർ പറയുവാൻ തയാറായില്ല. മനുശ ങ്കറിന്റെ നിരപരാധിത്വം അദ്ദേഹം ന്യായീകരിക്കുന്നതായാണ് തോന്നിയത്. മനുശങ്കർ കള്ളനാണെന്നുള്ളതിന് സാഹചര്യത്തെ ളിവുകൾ മാത്രമേയുള്ളൂ. ദൃക്സാക്ഷികളില്ല.

സ്കൂളിന്റെ സൽപ്പേരു കളങ്കപ്പെടുത്തുന്ന ഏറ്റവും ഹീനമായ ഈ സംഭവത്തിൽ ഹെഡ് മാസ്റ്റർ ദു:ഖിതനായിരുന്നു. അഭിയോടോ അച്ഛനോടോ ഒരു മോഷണകാര്യത്തിന്റെ ഗൗരവത്തിനുപരി യാതൊരു മമതയും അദ്ദേഹം പ്രകടിപ്പിച്ചില്ല.

അഭി മിടുക്കനാണ്. അതുകൊണ്ടെന്ത്? സംഭവിച്ചതെന്തെന്ന് ആർക്കറിയാം. അഭിയെ രക്ഷപ്പെടുത്താൻ ഒരു കഥ കെട്ടിച്ചമച്ച തല്ലെ എന്നദ്ദേഹത്തിന്റെ സംസാരത്തിൽ നിഴലിക്കുകയും ചെയ്തു.

എങ്ങനെ ഇവിടെ നിന്ന് രക്ഷപ്പെടും എന്ന പേടിപ്പെടുത്തുന്ന

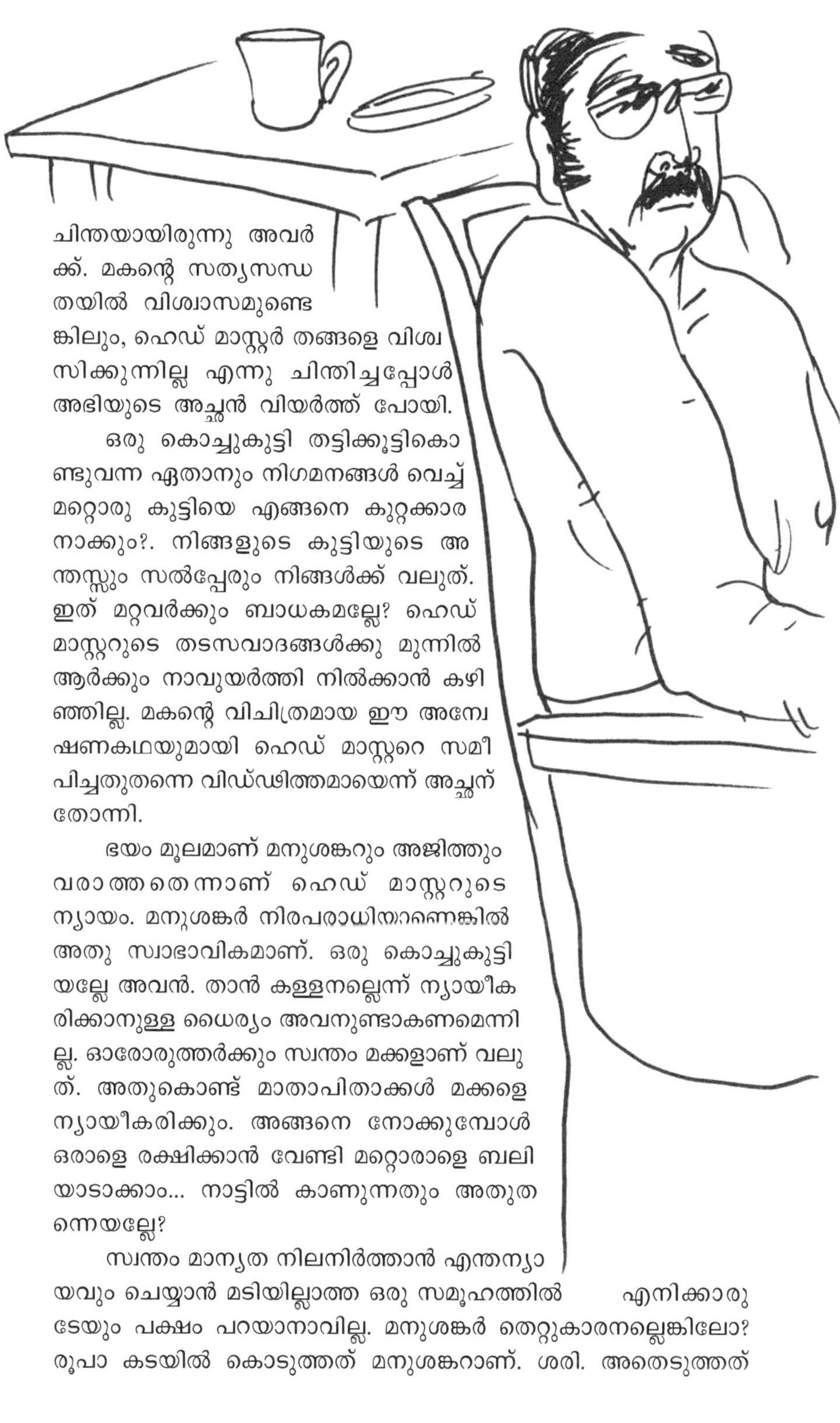

ചിന്തയായിരുന്നു അവർ
ക്ക്. മകന്റെ സത്യസന്ധ
തയിൽ വിശ്വാസമുണ്ടെ
ങ്കിലും, ഹെഡ് മാസ്റ്റർ തങ്ങളെ വിശ്വ
സിക്കുന്നില്ല എന്നു ചിന്തിച്ചപ്പോൾ
അഭിയുടെ അച്ഛൻ വിയർത്ത് പോയി.

ഒരു കൊച്ചുകുട്ടി തട്ടിക്കൂട്ടികൊ
ണ്ടുവന്ന ഏതാനും നിഗമനങ്ങൾ വെച്ച്
മറ്റൊരു കുട്ടിയെ എങ്ങനെ കുറ്റക്കാര
നാക്കും?. നിങ്ങളുടെ കുട്ടിയുടെ അ
ന്തസ്സും സൽപ്പേരും നിങ്ങൾക്ക് വലുത്.
ഇത് മറ്റവർക്കും ബാധകമല്ലേ? ഹെഡ്
മാസ്റ്ററുടെ തടസവാദങ്ങൾക്കു മുന്നിൽ
ആർക്കും നാവുയർത്തി നിൽക്കാൻ കഴി
ഞ്ഞില്ല. മകന്റെ വിചിത്രമായ ഈ അന്വേ
ഷണകഥയുമായി ഹെഡ് മാസ്റ്ററെ സമീ
പിച്ചതുതന്നെ വിഡ്ഢിത്തമായെന്ന് അച്ഛന്
തോന്നി.

ഭയം മൂലമാണ് മനുശങ്കറും അജിത്തും
വരാത്തതെന്നാണ് ഹെഡ് മാസ്റ്ററുടെ
ന്യായം. മനുശങ്കർ നിരപരാധിനാണെങ്കിൽ
അതു സ്വാഭാവികമാണ്. ഒരു കൊച്ചുകുട്ടി
യല്ലേ അവൻ. താൻ കള്ളനല്ലെന്ന് ന്യായീക
രിക്കാനുള്ള ധൈര്യം അവനുണ്ടാകണമെന്നി
ല്ല. ഓരോരുത്തർക്കും സ്വന്തം മക്കളാണ് വലു
ത്. അതുകൊണ്ട് മാതാപിതാക്കൾ മക്കളെ
ന്യായീകരിക്കും. അങ്ങനെ നോക്കുമ്പോൾ
ഒരാളെ രക്ഷിക്കാൻ വേണ്ടി മറ്റൊരാളെ ബലി
യാടാക്കാം... നാട്ടിൽ കാണുന്നതും അതുത
ന്നെയല്ലേ?

സ്വന്തം മാന്യത നിലനിർത്താൻ എന്തന്യാ
യവും ചെയ്യാൻ മടിയില്ലാത്ത ഒരു സമൂഹത്തിൽ   എനിക്കാരു
ടേയും പക്ഷം പറയാനാവില്ല. മനുശങ്കർ തെറ്റുകാരനല്ലെങ്കിലോ?
രൂപാ കടയിൽ കൊടുത്തത് മനുശങ്കറാണ്. ശരി. അതെടുത്ത്

മനുഷ്യങ്കറാണെന്ന് തെളിവില്ല. കളവ്
കേസാണിത്. ക്ഷമയും ഔചിത്യവും
ഉത്തവാദിത്വവും പാലിക്കേണ്ട കേസാ
ണിത്. കുട്ടികളുടെ ഭാവിയാണിവിടെ
പ്രശ്നം. സ്നേഹബന്ധങ്ങളല്ല. നിങ്ങ
ളെല്ലാം എനിക്ക് ഏറെ വേണ്ടപ്പെട്ടവരാ
ണ്. അത് പുറത്ത് മാത്രം... ഹെഡ് മാസ്റ്ററുടെ
ന്യായവാദങ്ങൾക്കുമുമ്പിൽ എല്ലാവരും
സ്തബ്ധരായി തലകുനിച്ചു നിന്നുപോയി.
ഇനി എന്തു ചെയ്യും? അപമാനത്തിന്റെ കഠാര
ക്കുത്തേറ്റ് തകർന്നിരിക്കുകയാണെല്ലാവരും. അ
ന്യോന്യം നോക്കാനും സംസാരിക്കാനും നന്നേ
വിഷമിച്ചു. മുറിയിലെ നിശ്ശബ്ദത ഭേദിച്ചുകൊണ്ട്
പോസ്റ്റുമാൻ കടന്ന് വന്ന് കുറേ കത്തുകൾ ഹെഡ്
മാസ്റ്ററുടെ മേശയിലേക്കിട്ടു. ഹെഡ് മാസ്റ്റർ കത്തു
കൾ പരിശോധിക്കാൻ തുടങ്ങി....

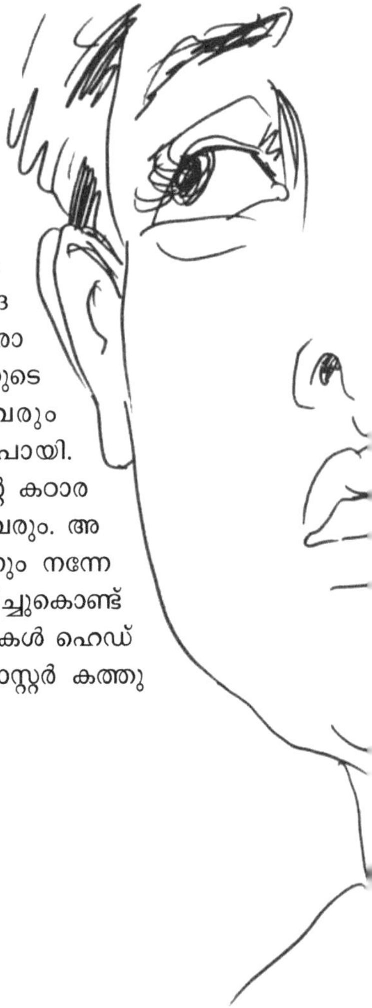

21

തെറ്റുകാരനായ അച്ഛൻ

ഹെഡ് മാസ്റ്റർ പ്രത്യേകതയായി തോന്നിയ ഒരു കവറെടുത്ത് ചീന്തി കീറി വായിക്കാൻ തുടങ്ങി. കത്തുവായിക്കുന്തോറും അദ്ദേഹം വിസ്മയ വികാരഭരിതനാകുന്നത് അവർ കണ്ടു. അഭിയും അച്ഛനും മറ്റെല്ലാവരും ഹെഡ് മാസ്റ്ററെ തന്നെ ഉറ്റുനോക്കി നിന്നു.

"സാർ... പോകരുത്.. ഇരിക്ക്..." ഹെഡ് മാസ്റ്റർ കൈവീശി അഭിയുടെ അച്ഛനോടു പറഞ്ഞിട്ട് അഭിയോടായി തുടർന്നു. "അഭീ... പ്രിയപ്പെട്ട കുട്ടീ... നീ ബുദ്ധിമാനും കാര്യശേഷിയുമുള്ളവനുമാണ്. നിന്റെ അന്വേഷണ ചാതുര്യം എത്ര മഹത്തരം. നിന്നെ പോലുള്ള കുട്ടികളാണ് സമൂഹത്തിന് ആവശ്യം..." ഹെഡ് മാസ്റ്റർ ആവേശഭ രിതനായി അഭിയുടെ അച്ഛന്റെ കൈപിടിച്ച് തുടർന്നു. "സാർ. നിങ്ങളെ ഹൃദയംഗമായി ഞാനനുമോദിക്കുന്നു. വാത്സല്യനിധിയായ പുത്രൻ സൽസ്വഭാവികൂടിയാണെങ്കിലോ... താങ്കളുടെ പുത്രൻ അഭി മാനിതനായ അപൂർവ നിമിഷങ്ങളാണ്. ഇവൻ ഇതുവരെ അപമാ നിതനായിരുന്നു... സാർ നിങ്ങൾ ഭാഗ്യവാനാണ്. ഇങ്ങനെ വേണം കുട്ടികളെ വളർത്താൻ. താങ്കൾ ധന്യനും മറ്റുള്ള മാതാപിതാക്കൾക്ക് മാതൃകയുമായി തീർന്നിരിക്കുന്നു. ഈ അഭി എന്ന സൽപ്പുത്രന്റെ പേരിൽ." ആഹ്ലാദവും ആവേശവും തിങ്ങി അദ്ദേഹം കിതയ്ക്കുക യായിരുന്നു.

"എന്നോട് അലോസരം തോന്നരുത്." അദ്ദേഹം നിർത്തിയിട്ട് തുടർന്നു. "എനിക്ക് നിഷ്പക്ഷനാവാനേ പറ്റൂ. എന്റെ ഈ കസേ രയും അത്രയ്ക്ക് പവിത്രമാണ്. അതുകൊണ്ടാണ് എനിക്ക് തീർച്ച

യില്ലാത്ത ഈ കാര്യത്തെ സംബന്ധിച്ച് കര ക്കശ നിലപാടെടുത്തത്. എന്നോട് ക്ഷമിക്കുക. മോഷണം നിന്ദ്യവും നികൃഷ്ടവുമായ കുറ്റമാണ്. ആ കുറ്റത്തിന് എന്റെ മകനായാൽ പോലും ഞാൻ മാപ്പ് കൊടുക്കില്ല..." അദ്ദേഹം ശ്വാസമെടുക്കാൻ വേണ്ടി നിർത്തി.

"എല്ലാവരും ശ്രദ്ധിക്കൂ. ഇവിടെ നടന്ന തൊരു മോഷണമല്ല. ഗുരുതരമായ പ്രത്യാ ഘാതങ്ങൾ ഉണ്ടാക്കിയേക്കാവുന്ന ഒരു കൊടിയ മത്സരത്തിന്റെ പരിതാപകരമായ അന്ത്യമാണീ മോഷണകഥ. മോഷ്ടിക്കാൻ വേണ്ടി മോഷ്ടിച്ചതല്ല. പ്രതികാരം ചെയ്യാൻ വേണ്ടി മോഷ്ടി ച്ചതാണ്. കുട്ടികളുടെ മനസിൽ സദുദ്ദേശ്യത്തോടെയല്ല മോഹം കടത്തി വിടുന്നതെങ്കിൽ ഇങ്ങനെയുള്ള ദുര ന്തങ്ങളാകാം ഫലം. മനുഷ്യത്വരഹിതവും ക്രൂരവും ദാരുണവുമായ വഴിയിലേക്ക് മനസ്സ് വഴിതിരിയാതിരു ന്നതും ഭാഗ്യം." അദ്ദേഹം വിശ്രമിച്ചിട്ട് രണ്ടു കത്തു കൾ ഉയർത്തിക്കാട്ടി പറഞ്ഞു: "ഈ കത്തുകളിൽ ഒന്ന് പിതാവിന്റേയും മറ്റൊന്ന് പുത്രന്റേയും. എന്റെ മുന്നിൽ രണ്ട് പിതാക്കന്മാരും രണ്ടു പുത്രന്മാരും ഉണ്ട്. അവർ ഈ സമൂഹത്തിന്റെ നേർ പകുതികളാണ്. മാതാ പിതാക്കൾക്ക് ഒരു ശക്ത മായ മുന്നറിയിപ്പ് കൂടിയാണ് ഈ കത്തുകൾ. ആദ്യം മനു വിന്റെ പിതാവിന്റെ കത്ത് വായി ക്കുക." എന്നു പറഞ്ഞുകൊണ്ട് രണ്ടു കത്തുകളും അഭിയുടെ അച്ഛനു കൊടുത്തു. അച്ഛൻ ആ കത്ത് തുറന്ന് വായിക്കാൻ തുടങ്ങി.

"എല്ലാവരും കേട്ടുകൊള്ളട്ടെ." അദ്ദേഹം ഉറക്കെ പറഞ്ഞു. ഈ സമയം സ്കൂളിലെ അധ്യാപകരെല്ലാം അവിടെ എത്തിയിരുന്നു. കുട്ടികളും എത്തിക്കൊണ്ടിരുന്നു.

മനുവിന്റെ പിതാവെഴുതുന്നത്... ഞാൻ ഇതോടൊപ്പം അടക്കം ചെയ്യുന്നത് മനുവിന്റെ കത്താണ്. അങ്ങ് ആദ്യം എന്റെ കത്ത് വായി ക്കണം.

മനു വെള്ളിയാഴ്ച സ്കൂളിൽ വന്നില്ലല്ലോ." അവൻ സുഖമി ല്ലെന്നാണ് പറഞ്ഞത്. അന്ന് മനു വളരെ രാത്രിയായിട്ടും ഉറങ്ങാ തിരുന്ന് ഗഹനമായി ആലോചിച്ചെഴുതുന്നത് എന്റെ ശ്രദ്ധയിൽപ്പെട്ടു. അവൻ എന്നും ഒൻപതുമണിക്ക് ഉറങ്ങണമെന്ന് നിയമം വെച്ചിട്ടു ള്ളതാണ്. അവൻ സമയം മറന്നിരുന്നെഴുതുന്നതിലെന്തെങ്കിലും കാര്യമുണ്ടാകുമെന്നെനിക്കു തോന്നി. രണ്ടു ദിവസമായി അവൻ അസ്വസ്ഥനാണെന്ന് ഞാൻ മനസിലാക്കിയിരുന്നു. പഠനത്തിൽ ഒട്ടും ശ്രദ്ധിച്ചിരുന്നില്ല. ഞങ്ങളുടെ അന്വേഷണങ്ങൾക്കവൻ വ്യക്തമായ മറുപടിതന്നില്ല. ജീവിതത്തിലാദ്യമായി അവൻ ഞങ്ങളോടു കയർത്തു. മുറിയിലുള്ളതെല്ലാം തല്ലിയുടച്ചു. അമ്മയെ ധിക്കരിച്ചു. പിന്നീട് ഞങ്ങളവനെ ശല്യം ചെയ്തില്ല.

"മിക്കവാറും പതിനൊന്നുമണിയായിട്ടുണ്ടാവും അവൻ ഉറ ങ്ങാൻകിടന്നപ്പോൾ. അവൻ ഉറങ്ങിയതിനുശേഷം എന്താണെഴു തിയതെന്ന് ഞാൻ പരിശോധിച്ചു. അങ്ങേയ്ക്കുള്ള ഒരു കത്തായി രുന്നു അത്. ആ കത്ത് വായിച്ച് ഞാൻ ഞെട്ടിപ്പോയി. മാതാപിതാ ക്കൾക്ക് മക്കളെ മനസിലാക്കാൻ കഴിയാത്തതിന്റെ ശിക്ഷയാണ് അവന്റെ കത്തിൽ ഞാൻ കണ്ടത്. അവന്റെ കത്തിൽ പറയുന്ന കാര്യ ങ്ങൾ മുഴുവൻ സത്യമാണ്. അവന്റെ നന്മയെ കരുതിയാണെങ്കിലും അവനെ പഠിക്കാൻ വേണ്ടി കഷ്ടപ്പെടുത്തിയിരുന്നു ഞങ്ങൾ. സംഭ വിക്കാൻ പാടില്ലാത്തതാണു സംഭവിച്ചത്. എന്റെ മോനതു ബോധ്യ പ്പെടുകയും പശ്ചാത്തപിക്കുകയും ഈ ഭൂമിയിലെ മുഴുവൻ കുട്ടി കൾക്കും മാതൃകയായും തീർന്നിരിക്കുന്നു അവൻ! അവൻ ബുദ്ധി പിഴച്ച് ഒരവിവേകത്തിൽ പെട്ടിരുന്നു എങ്കിൽ... സാർ... ഞങ്ങളി പ്പോൾ ജീവിച്ചിരിക്കുമായിരുന്നില്ല!... എന്റെ മോന്റെ നന്മ തിരിച്ചറി യാനുള്ള കഴിവിൽ ഞാൻ അതിരററ് അഭിമാനിക്കുന്നു സാർ... എന്റെ മോന്റെ ഈ കത്ത് എന്റെ കടമയെ ഓർമിപ്പിച്ചു. എന്റെ ഉത്തരവാ ദിത്വം എത്ര വലുതാണെന്ന് എന്നെ ഓർമിപ്പിച്ചു. എന്റെ മോൻ എനിക്ക് വഴികാട്ടിയായി തീർന്ന അപൂർവ നിമിഷങ്ങൾ!... അതി മോഹത്തിന്റെ പരാക്രമത്തിൽ സ്വയം മറന്നോടുന്ന മാതാപിതാ ക്കൾക്ക് ഈ പൊന്നുമോൻ ഒരു അവിസ്മരണീയ ഗുണപാഠം നൽകിയിരിക്കുന്നു!

എന്റെ മോന്റെ ആഗ്രഹം പോലെ അങ്ങ് ചെയ്യണമെന്ന് ഞാൻ

അപേക്ഷിക്കുന്നു. ഇനി ഒരിക്കലും അവന്റെ ഇഷ്ടത്തിന് വിരുദ്ധ മായി ഞാനവനെ ഒന്നിനും പ്രേരിപ്പിക്കുകയില്ല.

അവന്റെ കത്ത് വായിച്ചിട്ട് രഹസ്യമായി ഈ കത്തെഴുതി അതി നൊപ്പം വെക്കുകയായിരുന്നു ഞാൻ.

മനുവിനെപോലെ അഭിയുടെ സൽസ്വഭാവത്തേയും സ്ഥിരോൽ സാഹത്തേയും അന്വേഷണവാസനയേയും ഞാൻ അനുമോദിക്കു ന്നു. എത്ര അച്ചടക്കത്തോടെ അതീവരഹസ്യമായി അവൻ എല്ലാം ചെയ്തു! ധീരനായ കുട്ടി!.

സാർ...കൂടുതലായൊന്നും ഞാൻ എഴുതുന്നില്ല.

എന്ന് തെറ്റുകാരനായ പിതാവ്...

ശങ്കർ.

22

മകന്റെ കത്ത്

പ്രിയപ്പെട്ട സാർ.

മനു ശങ്കർ എഴുതുന്നത്.

അങ്ങ് ഒരിക്കലും ഈ കാര്യം പുറത്ത് പറയരുതെന്ന് ഞാൻ വിനീതമായി അപേക്ഷിക്കുന്നു. ഈ കാരണത്താൽ അങ്ങെന്നെ ഒരു കള്ളനായി ചിത്രീകരിക്കരുതേ!

ഒന്നാം ക്ലാസ്സ് മുതൽ ഞാനും അഭിയും ഒരുമിച്ചാണ് പഠിച്ചുവ ന്നത്. പഠിത്തത്തിൽ ഞങ്ങൾ അന്യോന്യം മത്സരിച്ചിരുന്നു. എന്നാൽ എന്നും അവൻ ഒന്നാമനായധപണ് പഠിച്ചുവന്നത്. ഒരിക്കൽ പോലും അഭിയെ പിന്നിലാക്കാൻ എനിക്ക് കഴിഞ്ഞില്ല. അഭിയെ എങ്ങനെ യെങ്കിലും പരാജയപ്പെടുത്തി മുന്നേറാൻ ഞാൻ കിണഞ്ഞു ശ്രമി ച്ചിരുന്നു. അഭിയോടെനിക്ക് സ്നേഹമായിരുന്നു. എന്നാൽ അവൻ എന്നേക്കാൾ ഉയർന്ന വിജയങ്ങൾ നേടുന്നതിൽ എനിക്ക് അസൂ യയുണ്ടായിരുന്നു. ഞാൻ പലപ്പോഴും കോപ്പിയടിച്ച് എഴുതിയിട്ടു പോലും എനിക്കവനെ തോൽപ്പിക്കാൻ കഴിഞ്ഞില്ല.

കൂടാതെ അവന്റെ നല്ല പെരുമാറ്റവും സ്നേഹപ്രകടനവും കൂട്ടു കാരോടും അധ്യാപകരോടുമുള്ള നല്ല സമീപനവും എന്നെ അസൂ യപ്പെടുത്തി. അവന്റെ സൽസ്വഭാവത്തിൽ സ്കൂളിലെ മുഴുവൻ കുട്ടി കളും അധ്യാപകരും പ്രത്യേകിച്ച് ഹെഡ് മാസ്റ്ററും ഒരുപോലെ അവനെ അനുമോദിച്ച് പറയുന്നത് എന്നെ ഏറെ വേദനിപ്പിച്ചു. ഞാൻ നന്നായി പഠിച്ചിരുന്നെങ്കിലും എന്നെ ഒരു പുസ്തകപ്പുഴുവായെ എല്ലാവരും കണക്കാക്കിയിരുന്നുള്ളൂ. അതിന് കാരണം ഉണ്ടായി

രുന്നു. ഞാൻ ക്ലാസിലേക്കാവശ്യമായ പുസ്തകങ്ങളെ വായിച്ചിരു
ന്നുള്ളൂ. എന്നെ ലൈബ്രറിയിൽ പോകാനോ പുറത്തിറങ്ങാനോ
പോലും അച്ഛൻ അനുവദിച്ചിരുന്നില്ല. ലൈബ്രറി പുസ്തകങ്ങൾ
വായിക്കാൻ എനിക്ക് അത്യാകാംക്ഷയുണ്ടായിരുന്നു. സ്കൂൾ
ലൈബ്രറിയിലെ പുസ്തകങ്ങൾ പോലും വായിക്കാൻ അച്ഛനും
അമ്മയും എന്നെ അനുവദിച്ചില്ല. പഠിത്തത്തിൽ നിന്നു ശ്രദ്ധ തിരി
ഞ്ഞാൽ അത് പഠിത്തെ ബാധിക്കുമെന്നും, ഒട്ടും സമയം കള
യാതെ സ്വർണമെഡൽ നേടണമെന്നും അവർ സദാ എന്നെ പ്രേരി
പ്പിച്ചുകൊണ്ടിരുന്നു. എനിക്ക് അമ്മയേയും അച്ഛനേയും ധിക്കരിക്കാൻ
ധൈര്യമില്ലായിരുന്നു. അവരെ എനിക്ക് ഭയമായിരുന്നു... അവർ ചത്തു
പോകണമെന്നും എപ്പോഴും ഞാൻ പ്രാർഥിക്കുമായിരുന്നു. അവ
രുടെ സാന്നിധ്യം പോലും ഞാനിഷ്ടപ്പെട്ടില്ല. ടെലിവിഷൻ പഠി
ത്തത്തെ ബാധിക്കുമെന്ന് പറഞ്ഞു വാങ്ങിയില്ല. അയലത്തെ വീട്ടിൽ
ടെലിവിഷൻ കാണാൻ എന്നെ അനുവദിച്ചില്ല... അതോടെ എല്ലാ
റ്റിനോടും വെറുപ്പായി. അതിനും കൂടി ഞാൻ സ്കൂളിൽ കോമാ
ളിത്തം കാട്ടി... എന്റെ ഉപദ്രവം സഹിക്കവയ്യാതെ പലപ്രാവശ്യം
അങ്ങ് അച്ഛനെ വിളിച്ചു വരുത്തി മാപ്പുപറയിച്ചില്ലേ? അപ്പോഴൊക്കെ
ഞാൻ അച്ഛനോടുള്ള പ്രതികാരം തീർത്തതായി ആഹ്ലാദിക്കുകയാ
യിരുന്നു. ആ ദിവസങ്ങളിൽ അച്ഛന്റെ മേശയിൽ നിന്ന് തട്ടിയെടു
ക്കുന്ന രൂപയ്ക്ക്, കൂട്ടുകാർക്ക് ഇഷ്ടം പോലെ മിഠായിവാങ്ങി കൊടു
ത്താണ് ഞാനാസുദിനം ആഘോഷിച്ചത്!

അഭി സ്കൂളിൽ വന്ന്, ക്ലാസിലെ മറ്റുകൂട്ടുകാരുമായി അവൻ
വായിക്കുന്ന പുസ്തകങ്ങളിലെ കഥകൾ പറയുന്നതും മാസികക
ളിലെ ചിത്രകഥകളെപ്പറ്റി വിവരിക്കുമ്പോഴും എനിക്ക് ഇച്ഛാഭംഗം
തോന്നുകയും, അഭിയോടെനിക്ക് തീരാത്ത പക ജ്വലിച്ചുയരുകയും
ചെയ്തിരുന്നു. അന്നൊക്കെ വഴിയിൽ ഒളിച്ചിരുന്ന് അവനെ അടിച്ചു
വീഴ്ത്തണമെന്നും അവനെ ഏതുവിധേനെയും മോശമാക്കണ
മെന്നും ഞാൻ ഏറെ മോഹിച്ചിരുന്നു. എന്നാൽ അഭി എന്നോടു
കാണിച്ചിരുന്ന സ്നേഹവും സന്മനസും ഓർമിക്കുമ്പോൾ അവനെ
ആക്രമിക്കണമെന്ന ചിന്തയിൽ നിന്നു ഞാൻ പിന്മാറാറുണ്ടായി
രുന്നു.

ക്ലാസ്സ് ലീഡർ അഭിയാണല്ലോ. ഒരിക്കലും അവന്റെ കീഴിൽ
ക്ലാസിലിരിക്കാൻ ഞാൻ ഇഷ്ടപ്പെട്ടില്ല. അഭി പരീക്ഷയിൽ ഒന്നാമ
നാണെന്നറിയുന്ന ദിവസവും അവൻ മത്സരങ്ങളിൽ സമ്മാനങ്ങൾ
നേടുന്ന ദിവസവും ഞാനുറങ്ങിയിട്ടേയില്ല.അവൻ എല്ലാവരുടേയും
നേതാവും മാന്യനും മിടുക്കനുമായി വിലസുന്നതു കാണാൻ ഒരി
ക്കലും ഞാനിഷ്ടപ്പെട്ടില്ല.

ഒഴിവുദിവസങ്ങളിൽ തനിച്ചിരുന്ന് ആലോചിച്ച് അഭിയോടുള്ള വൈരാഗ്യം മൂലം സ്വയം മറന്ന് കോഴികളെയും കിളികളെയും എറിഞ്ഞ് കൊല്ലുകയും പട്ടികളേയും പൂച്ചകളേയും ക്രൂരമായി ആക്രമിച്ച് അഭിയോടുള്ള പക ഞാൻ പോക്കി. എന്നാൽ ഞാൻ സ്കൂളിൽ എത്തുമ്പോൾ "ഹലോ.. മനു...." എന്നാർത്തു വിളിച്ചു ചിരിച്ച് ഉല്ലസിച്ച് ഓടിവന്ന് അഭി എന്നെ കെട്ടിപ്പിടിക്കുമ്പോൾ അവ നോടെനിക്ക് തോന്നിയ വൈരാഗ്യം മുഴുവൻ ഉരുകി ഇല്ലാതായി തീരുകയായിരുന്നു പതിവ്... കാരണം അഭിയെ എനിക്ക് വളരെ ഇഷ്ടമായിരുന്നു.

എന്നാൽ വീട്ടിലെത്തിയാൽ അഭിയുടെ വിജയങ്ങളോർത്ത് ഒര വസരം ഉണ്ടാക്കി അവന്റെ സൽപ്പേര് ഇല്ലാതാക്കണമെന്നും ഞാൻ ആഗ്രഹിച്ചു. അവനോടുള്ള പക ഞാൻ വർഷങ്ങളായി കൊണ്ടുന ടക്കുകയായിരുന്നു.

അച്ഛനും അമ്മയും അഭിയെ താരതമ്യപ്പെടുത്തി സദാ എന്നെ പഠിക്കാൻ പ്രേരിപ്പിച്ചു. അപ്പോഴൊക്കെ അഭിയെ കടിച്ചുകീറി പരാ ജയപ്പെടുത്താൻ ഞാനാശിച്ചു! അഭി മിടുക്കനും എന്നെ മഠയനു മായി ചൂണ്ടിക്കാട്ടി നിസ്സാരതെറ്റിനു പോലും എന്നെ ശകാരിച്ച് അപമാനിച്ചപ്പോഴൊക്കെയും അഭിയോടായിരുന്നു എന്റെ വൈരാഗ്യം കത്തിയുയർന്നത്. എന്റെ എല്ലാ ഉയർച്ചയ്ക്കും അഭിയാണ് തടസ മെന്ന് ഞാൻ വിശ്വസിച്ചു. എന്റെ വഴി തടഞ്ഞുനിൽക്കുന്ന അവനെ എങ്ങനെ അപമാനിച്ച് തോൽപ്പിക്കാനും ഞാൻ ഒരുക്കമായിരുന്നു.

അങ്ങനെയുള്ള ഒരു സന്ദർഭത്തിലാണ് സ്മിതയുടെ ബോക്സിൽ നിന്ന് അഭി റബ്ബർ എടുത്ത് യാദൃച്ഛികമായി ഞാൻ കണ്ടത്. അവർ രണ്ടാളും പോയ നിമിഷം സ്മിതയുടെ ബോക്സിൽ ഞാൻ രൂപ കാണുകയും അതീവ രഹസ്യമായി ആ രൂപാ ഞാൻ കരസ്ഥമാ ക്കുകയുമായിരുന്നു. ഈ പ്രവർത്തിയിലൂടെ അഭിയെ കള്ളനാക്കാ മെന്നും അവനെ അപമാനിച്ച് സ്കൂളിൽ നിന്നോടിക്കാമെന്നും ഞാൻ വ്യാമോഹിച്ചു. അഭി സ്കൂളിലുണ്ടെങ്കിൽ സ്വർണ മെഡൽ അവൻ നേടുമെന്നും ഞാൻ ഭയപ്പെട്ടിരുന്നു. സ്വർണ മെഡൽ ലഭിച്ചില്ലെ ങ്കിൽ ഞാൻ തരംതാഴ്ത്തപ്പെടുമെന്നും മറ്റുള്ളവരുടെ മുന്നിൽ ഞാൻ അവഹേളിക്കപ്പെടുമെന്നും അമ്മയും അച്ഛനും അഭിയെ പുകഴ് ത്തിയും എന്നെ നിന്ദിച്ചും വേദനിപ്പിക്കുമെന്ന് എനിക്കറിയാമായി രുന്നു. എന്നെ ഇടിച്ചുതാഴ്ത്തി സംസാരിക്കുന്നത് ഒരിക്കലും എനി ക്കിഷ്ടപ്പെട്ടില്ല. അങ്ങനെയുള്ളവരെ കുത്തിക്കീറാനുള്ള പകയുണ്ടാ കുമായിരുന്നു.

23

മകന്റെ കത്ത് തുടർച്ച

സാർ. ഞാനൊരു മോഷ്ടാവല്ല. മോഷണം ഏറ്റവും കടുത്ത കുറ്റമാണെന്നെനിക്കറിയാം. പക മൂലം അന്ധമായ നിരീക്ഷണം ഞാനതു ചെയ്തു. ഞാനെടുത്ത 100 രൂപയിൽ 10 രൂപ ഞാൻ ചെല വാക്കി. ബാക്കി 90 രൂപ ഇതോടൊപ്പം വെക്കുന്നു. എന്നെ ഒരു കള്ളനായി ചിത്രീകരിക്കരുതേ.... ഇക്കാര്യം ചോദിക്കാൻ അങ്ങെന്റെ വീട്ടിൽ വരരുത്. ഞാനത് സഹിക്കുകയില്ല. എന്റെ അച്ഛനമ്മമാ രോട് ഈ വിവരം പറയരുത്. ഞാനൊരു ദിവസം അങ്ങയുടെ വീട്ടിൽ വന്ന് മാപ്പ് പറയാം. ഈ കുറ്റത്തിന് എന്ത് ശിക്ഷയും ഞാൻ സ്വീകരിക്കാം. ഒരിക്കലും ചെയ്യാൻ പാടില്ലാത്ത കുറ്റമാണ് ഞാൻ ചെയ്തത്. എന്റെ പ്രിയപ്പെട്ട കൂട്ടുകാരനെ കളങ്കപ്പെടുത്തി അപമാ നിക്കാൻ ശ്രമിച്ചു.

എന്നാൽ എന്റെ മനസ്സ് എങ്ങനെ മാറിയെന്ന് അങ്ങ് അറി യണം. ഈ സംഭവത്തിന്റെ നീക്കം എന്റെ ഭാവനയ്ക്കനുസരിച്ചല്ല നീങ്ങുന്നതെന്ന് വേഗത്തിൽ ഞാൻ മനസിലാക്കി. അധ്യാപകൻ ഈ കേസ് തെളിയിക്കാൻ അഭിയെ ചുമതലപ്പെടുത്തിയപ്പോൾ എന്റെ ജീവൻ പറപറന്നു! ഞാൻ ചത്തതു പോലെയായി! ആ സമയം ഞാൻ ക്ലാസിലിരുന്ന് ഭീതിയുടെ അഗ്നികുണ്ഠത്തിലിരുന്ന് ദഹി ക്കുകയായിരുന്നു. അപ്പോൾ സാർ എന്നെ വിളിച്ച് ചോദ്യം ചെയ്തി രുന്നെങ്കിൽ ഞാൻ എല്ലാ സത്യവും തുറന്നുപറയുമായിരുന്നു.

അഭി മിടുക്കനും ബുദ്ധിമാനും ആണ്. കുറ്റാന്വേഷണത്തിൽ വിരുതുള്ളവനാണ്. അഭി എന്നെ ഉടനെ പ്രതിക്കൂട്ടിലാക്കുമെന്ന്

ഞാൻ വിശ്വസിച്ചു. അതുപോലെ എന്നെ പ്രതിക്കൂട്ടിലാക്കുകയും ചെയ്തു...

ഇനി ഞാനെങ്ങനെ സ്കൂളിൽ പഠിക്കും? എന്റെ പ്രിയസുഹൃ ത്തിനെ കള്ളനാക്കിയിട്ട്, അവന്റെ വീട്ടിൽ ആളെ വിട്ട് കളവ് പറയി ച്ചിട്ട് അവന്റെ ഒപ്പം ഇരുന്ന് ഞാൻ എങ്ങനെ പഠിക്കും. എന്നോടഭി ചിരിച്ചേ സംസാരിച്ചിട്ടുള്ളു. ഒരിക്കലും ഒരു ദ്രോഹവും എനിക്ക് അവൻ ചെയ്തിട്ടില്ല. എന്നെ മന:പൂർവം തോൽപ്പിക്കാൻ ശ്രമിച്ചി ട്ടില്ല.... അങ്ങനെയുള്ള ആ നല്ല കൂട്ടുകാരന്റെ മുഖത്ത് എങ്ങനെ ഞാൻ നോക്കും. ആവില്ല... ആവില്ല സാർ...

എന്റെ പ്രിയ സ്നേഹിതാ ഞാൻ മാപ്പ് ചോദിക്കുന്നു. അവന്റെ മനസിനെ വേദനിപ്പിക്കാനും കുറ്റവാളിയാക്കി പരസ്യപ്പെടുത്താനും ഞാൻ ശ്രമിച്ചു. അതിനു വേണ്ടി അജിത്തിനെ ഉപയോഗപ്പെടുത്തി. എന്റെ സങ്കടം കണ്ട് എപ്പോഴും അവൻ കരയാറുണ്ടായിരുന്നു. അവൻ മാത്രമായിരുന്നു സമാധാനം തന്നത്... എന്നാൽ ഞാൻ പണം അപഹരിച്ച് അഭിയെ ചതിക്കാൻ ശ്രമിച്ചതിൽ അവൻ എന്നോട് പ്രതിഷേധിച്ചിരുന്നു. എങ്കിലും എന്റെ സങ്കടം അവന്റേയും സങ്കടമായിരുന്നതുകൊണ്ട് ഞാൻ പറഞ്ഞതുപോലൊക്കെ അവൻ എനിക്ക് വേണ്ടി ചെയ്തു...സാർ.. അവൻ പാവമാണ് സാർ.. അവനെ അങ്ങ് ഉപദ്രവിക്കരുത്. എന്റെ ഈ കത്ത് അജിത്തിനെ കാണി ക്കരുത്.

ഈ സ്കൂളിലെ പഠിത്തം ഇന്നുമുതൽ അവസാനിപ്പിക്കുക യാണ് സാർ. ഞാൻ റ്റി സി വാങ്ങാൻ അവിടെ വരും. അച്ഛനെ ഞാൻ പലതും പറഞ്ഞ് വിശ്വസിപ്പിച്ചിട്ടുണ്ട്. ഇനി ഒരിക്കലും മറ്റൊ രാളുടെ പഠനത്തിലോ ഉയർച്ചയിലോ ഞാൻ അസൂയപ്പെടുകയി ല്ല. അഭിയെപോലെ നല്ലവനായി മിടുക്കനായി പഠിച്ചുയരും. ഞാൻ പഠിച്ചു പഠിച്ച് മിടുക്കനാകുമെന്ന് പ്രതിജ്ഞ ചെയ്യുന്നു. അഭി സ്കൂളിലെ സ്വർണമെഡൽ നേടും. ആ സന്തോഷവാർത്ത കേട്ട് ഞാൻ ആർത്തുല്ലസിക്കും. ആ ദിവസം അഭിക്കൊപ്പം ഞാനും ഉണ്ടാകും അവനെ അഭിനന്ദിക്കാൻ! തീർച്ച!.. സാർ മാപ്പ്.. മാപ്പ്... എന്റെ ഈ അവിവേകം അങ്ങ് ക്ഷമിക്കണം.. ഞാൻ അങ്ങയുടെ പാദങ്ങളിൽ വന്ദിക്കുന്നു!..

എന്ന് പ്രിയ ശിഷ്യൻ

മനുശങ്കർ

അച്ഛൻ മനുവിന്റെ കത്ത് വായിച്ചു കഴിഞ്ഞപ്പോൾ അഭി പൊട്ടി ക്കരഞ്ഞുകൊണ്ട് അച്ഛന്റെ മടിയിലേക്ക് വീണു പോയി... മനുവി ന്റെ ഹൃദയം എത്ര പരിശുദ്ധം! തനിക്കവനെ മനസിലാക്കാൻ കഴി ഞ്ഞില്ലല്ലോ എന്ന ദുഃഖം അഭിയെ അതിരറ്റു വേദനിപ്പിച്ചു. അവൻ മനുവിന്റെ വേർപാട് താങ്ങാനാവാതെ വിങ്ങി വിങ്ങി കരഞ്ഞു...

ഹെഡ് മാസ്റ്റർ ഉൾപ്പെടെ എല്ലാവരും സ്തബ്ധരും വികാരാ ധീനരുമായിരുന്നു. എല്ലാ മിഴികളും നിറഞ്ഞു തുളുമ്പിയിരുന്നു. നിമി ഷങ്ങളോളം ആരും ശബ്ദിച്ചില്ല.

"അതേ.. അഭീ.. മനുശങ്കർ മുഴുവൻ കുട്ടികൾക്കും മാതൃകയാണ്. അവന്റെ ഈ തീരുമാനവും പശ്ചാത്താപവും ഉചിതമാണ്. അർഥ വത്താണ്. തനിക്കു പറ്റിയ തെറ്റ് തിരിച്ചറിഞ്ഞ് സ്വയം തിരുത്തി. മഹത്തായ പ്രവർത്തി! എല്ലാ കുട്ടികൾക്കും പാഠമാകേണ്ട മഹത് പ്രവർത്തി! അവന്റെ ആഗ്രഹങ്ങൾക്കൊപ്പം നമുക്കും പ്രവർ ത്തിക്കാം.." പതറിയ ശബ്ദത്തോടെ വികാരനിർഭരമായി ഹെഡ്മാ സ്റ്റർ മന്ത്രിച്ചു.

"പ്രിയപ്പെട്ട മനു..ഞാൻ നിന്നെ വേദനിപ്പിക്കുവാൻ ശ്രമിച്ചു വോ.. പ്രിയ സ്നേഹിതാ.. മാപ്പ്.. നീ എന്തിനീ സ്കൂൾ വിട്ട് പോയി..." അഭി അങ്ങനെ ഉരുവിട്ട് വിങ്ങിവിങ്ങി കരഞ്ഞു.

Printed by Libri Plureos GmbH in Hamburg,
Germany